சாதனைத் திலகங்கள்

லதானந்த்

சத்யா

Title:
Sathanai Thilahangal
© *Lathanand*

நூல் தலைப்பு:
சாதனைத் திலகங்கள்

நூல் ஆசிரியர்:
© லதானந்த்

முதற்பதிப்பு:
பிப்ரவரி - 2022

விலை: ₹230

பக்கங்கள்: 160

Printed in India

Published by:
Sathyaa Enterprises
No.137, First Floor,
Choolaimedu high road,
Choolaimedu,
Chennai - 600094
044-4507 4203

Email:
sathyaabook@gmail.com

காணிக்கை

எனது நாற்பதாண்டுக் கால நண்பர்களான
பெ.மாதப்பன் மற்றும் பொ.ஷண்முகசுந்தரம் ஆகியோருக்கு
இந்த நூலைக் காணிக்கையாக்குகிறேன்.

உள்ளடக்கம்

நூலாசிரியர் பற்றி 6

என்னுரை 7

1 பார்தி சிங் 9

2 ருச்சி சாங்வி 13

3 சோஹினி சாஸ்திரி 16

4 திவ்யா அஜித்குமார் 19

5 இஷிதா மாளவியா 22

6 மெஹ்விஷ் முஷ்டாக் 26

7 மாயந்தி லேஞ்சர் 30

8 ஆர்லீன் கோமெஸ் 33

9 ரஜனி பண்டிட் 37

10 மேரி கோம் 41

11 பிரவீணா சாலமன் 45

12 பச்சேந்த்ரி பால் 49

13 ஸ்வேதா 53

14 நீர்ஜா பனாட் 57

15 அவானி சதுர்வேதி 61

16 முனைவர் பாரதி ஹேமந்த் லாவெகர் 65

17 ஹர்ஷினி கன்ஹேகர் 69

18 சிந்துடாய் சப்கல் 73

19 ராதிகா மேனன்	77
20 ப்யூலா சௌத்ரி	81
21 ஜே.ஆர்.ராஜி	84
22 பாபிபென் ரபாரி	88
23 பூஜா பீஷ்னோய்	92
24 ஷ்ரவானி பவார்	96
25 குணவதி சந்திரசேகரன்	101
26 யோகிதா ரகுவன்ஷி	105
27 ஷாட்பி பாசு	109
28 கிருஷ்ணம்மாள் ஜகநாதன்	113
29 சோபிடா டாமுல்லி	117
30 கல்பனா சாவ்லா	121
31 துளசி கௌடா	125
32 அவனி லெஹரா	129
33 ஷெரீன் ரட்னாகர்	133
34 சுஹானி ஷா	137
35 சந்திரிமா ஷாஹா	141
36 பிராஞ்சல் பாடில்	145
37 சுஷீலா சுந்தரி	149
38 பத்மஸ்ரீ பாப்பம்மாள்	153
39 அலிஷா அப்துல்லா	157

நூலாசிரியர் பற்றி...

'லதானந்த்' என்ற புனைபெயரில் எழுதிவரும் இவரது இயற்பெயர் டி.ரத்தினசாமி. கோவையின் துடியலூரைச் சேர்ந்தவர். இவரது தந்தை ஆர். திருஞானசம்பந்தம், கோவையில் இருந்து வெளியான, 'வசந்தம்' இதழின் ஆசிரியரும் உரிமையாளரும் ஆவார். கொங்கு வட்டார வழக்கில் புகழ்பெற்ற நாவல்களை எழுதிய ஆர்.ஷண்முகசுந்தரம் இவரது பெரியப்பா.

35 ஆண்டுகள் தமிழக அரசின் வனத் துறையில் பணியாற்றி, உதவி வனப் பாதுகாவலர் பதவியில் இருந்து ஓய்வுபெற்றவர். பின்னர் கோகுலம் சிறுவர் இதழில் ஐந்தாண்டுகள் பொறுப்பாசிரியராகவும், கல்கி குழும 'பரதன் பப்ளிகேஷனஸ்' நிறுவனத்தின் பதிப்பாசிரியராகவும் பணியாற்றியிருக்கிறார்.

'வனங்களில் வினோதங்கள்', 'மெமரி பூஸ்டர்', 'பிருந்தாவன் முதல் பிரயாகை வரை', 'எனப்படுவது' மற்றும் 'வாங்க பழகலாம்' ஆகிய தலைப்புகளில் எழுதப்பட்டிருக்கும் இவரது நூல்கள் குறிப்பிடத்தக்கன.

'உடைந்த கண்ணாடிகள்', 'பாம்பின் கண் – தமிழ் சினிமா ஓர் அறிமுகம்' போன்ற நூல்களை மொழிபெயர்த்துள்ளார்.

ஆண்கள் மட்டுமே கோலோச்சிக்கொண்டிருந்த சவால்கள் நிரம்பிய பல துறைகளிலும் ஈடுபட்டுக் கடுமையாகப் போராடித் தங்களை அடையாளப்படுத்திக்கொண்டிருக்கும் பல மாதரசிகளின் வெற்றிக் கதைகளை இந்நூல் பேசுகிறது.

நிலம், நீர், ஆகாயம் என அனைத்திலும் இந்தியாவின் தங்க மங்கையர் பலர் செய்த சாதனைகள் – எட்டிய உயரங்கள் – தொட்ட உச்சங்கள் – இந்நூலை வாசிக்கும் பலருக்கு, குறிப்பாக இளம்பெண்களுக்கு நிச்சயம் ஒரு தூண்டுகோலாக இருக்கும்.

என்னுரை

'மங்கையராய்ப் பிறப்பதற்கே நல்ல மாதவம் செய்திடல் வேண்டுமம்மா' என்றார் கவிமணி தேசிக விநாயகம் பிள்ளை. அப்படி மகத்துவம் மிக்க மங்கையாராகப் பிறந்த சில பெண்மணிகள், வித்தியாசமான பல துறைகளிலும் ஈடுபட்டுப் பல சாதனைகளை நிகழ்த்திக்காட்டியிருக்கிறார்கள். குறிப்பாக, ஆண்கள் மட்டுமே கோலோச்சிக்கொண்டிருந்த சவால்கள் நிரம்பிய பல துறைகளிலும் ஈடுபட்டுக் கடுமையாகப் போராடித் தங்களை அடையாளப் படுத்திக்கொண்டிருக்கும் மாதரசிகள் நம் இந்தியாவிலே பலருண்டு.

இந்த நூலில் இந்தியாவின் பல மாநிலங்களிலும் பிறந்த பெண் சாதனையாளர்களைப் பற்றியும் அவர்களது வெற்றிகள், அதற்காக அவர்கள் பட்ட பாடுகள், பெற்ற விருதுகள் பற்றியும் தொகுத்துச் சொல்லியிருக்கிறேன். 'அடுப்பூதும் பெண்களுக்குப் படிப்பெதற்கு?' என்ற பழமைவாதத்தை முறியடித்து முத்திரை பதித்தவர்கள் இவர்கள்.

நிலம், நீர், ஆகாயம் என அனைத்திலும் இந்தத் தங்க மங்கையர் நிகழ்த்தியிருக்கும் சாதனைகள் – எட்டிய உயரங்கள் – தொட்ட உச்சங்கள் – வாசிக்கும் பலருக்கும், குறிப்பாக இளம்பெண்களுக்கு நிச்சயம் ஒரு தூண்டுகோலாக இருக்கும் என்பது எனது நம்பிக்கை.

குமுதம் சிநேகிதி இதழில் 'கில்லாடி லேடி' என்ற பொதுத் தலைப்பில் நான் எழுதிவரும் தொடர் கட்டுரையில் இருந்து 39 சாதனை மகளிரது வெற்றிக் கதைகளை இந்நூல் பேசும். கட்டுரைகளை வெளியிட்டு ஆதரவளித்த 'குமுதம் சிநேகிதி' இதழின் ஆசிரியர் குழுவுக்கு எனது மனமார்ந்த நன்றிகள்.

இந்த நூலை அழகிய முறையில் வடிவமைத்துப் பொருத்தமான புகைப்படங்களையும் இணைத்து உங்கள் கரங்களில் தவழ விட்டிருக்கும் சத்யா எண்டர்பிரைசஸ் பதிப்பத்துக்கு எனது நன்றி.

கோயமுத்தூர்,
22.02.2022

அன்புள்ள,
லதானந்த்

1

பார்தி சிங்

முதல் பெண் ஸ்டேண்ட் அப் காமெடியன்

ஆண்கள் ஈடுபடும் அனைத்துத் துறைகளிலும் பெண்களும் சாதிப்பது இப்போதெல்லாம் சர்வ சாதாரணமாகிவிட்டது. அதிலும் பார்வையாளர்கள் பலர் மத்தியில் கிட்டத்தட்ட ஒரு மணி நேரம் அவர்களை நகைச்சுவையில் மூழ்கடிப்பது என்பது லேசுப்பட்ட காரியமா என்ன?

ஆண்களே திணறும் அப்படிப்பட்ட ஒரு துறைதான் 'ஸ்டேண்ட் அப் காமெடி'. அதில் ஓர் இந்தியப் பெண் சக்கைப்போடு போடுகிறார்.

சரி... அதென்ன ஸ்டாண்ட் அப் காமெடி? முதலில் லேசாக அதைப்பற்றிப் பார்த்துவிடலாம்.

பொதுவாகப் படிமன்றங்கள் ஆனாலும், ஆன்மிகச் சொற்பொழிவுகள் ஆனாலும், இடையிடையே நகைச்சுவைத் துணுக்குகளை அள்ளிவிட்டுத் தொய்வில்லாமல் நிகழ்சிகளை நடத்துவதைப் பார்த்திருப்பீர்கள். அதிலும் படிமன்றங்களில் - முதல் நாளே பேசிவைத்துக்கொண்டு - எதேச்சையாக நிகழ்ச்சியில் சொல்வதுபோலப் பார்வையாளர்களுக்குக் கிச்சுகிச்சு மூட்டுவது வாடிக்கை.

தற்போதைய பெரும்பாலான தொலைக்காட்சி நிகழ்ச்சிகளில் ஒருவரையொருவர் மட்டம்தட்டிக்கொண்டு சிரிப்பூட்ட முயற்சிப்பதையும் பார்த்திருப்பீர்கள்.

ஆனால் ஸ்டேண்ட் அப் காமெடி என்பது, தனியொருவராகப் பல பார்வையாளர்கள் முன்னிலையில் கிட்டத்தட்ட ஒரு மணி நேரம் இடைவிடாமல் நகைச்சுவையை அள்ளித் தரும் கலை. இனிய கெட் - டு-கெதர்கள், திருமண வரவேற்பு விழா நிகழ்ச்சிகள், அலுவலக பார்ட்டிகள், பப்கள், பார்கள், தியேட்டர்கள் எனக் கலகலப்பான மனிதர்கள் கூடும் பல இடங்களிலும் அவர்களுக்குக் கூடுதல் உற்சாகம் தர ஸ்டேண்ட் அப் காமெடி பயன்படுகிறது.

ஆண்டுக் கணக்கில் பயிற்சி எடுப்பவர்களால் மட்டுமே இந்தத் துறையில் சோபிக்க முடியும். காரணம் ஒவ்வொரு வாக்கியத்தின் இறுதியும் பார்வையாளர்களை வாய்விட்டுச் சிரிக்க வைக்கவேண்டியிருக்கும். சிறந்த பேச்சாளர்கள்கூட ஒரு சம்பவத்தை விவரித்துவிட்டு, அதன் முடிவில் எதிர்பாராத திருப்பம் அல்லது நகைச்சுவையை விதைத்திருப்பார்கள். ஆனால் ஸ்டேண்ட் அப் காமெடியில் தொடர்ச்சியும் இருக்கவேண்டும். அதே சமயம் வாக்கியத்துக்கு வாக்கியம் - ஏன் - வார்த்தைக்கு வார்த்தைக்கூட சிரிப்புப் பொங்கவேண்டும்!

1990களில் பரவலாகத் தொடங்கிய இதில் சிலர் மட்டுமே பெரும் புகழடைந்திருக்கிறார்கள். அவர்களிலும் பெரும்பாலானோர் ஆண்களே! இப்படிப்பட்ட சவாலான ஒரு துறையில் நுழைந்து, பட்டையைக் கிளப்பிவருகிறார் பார்தி சிங் என்ற பஞ்சாபிப் பெண்.

36 வயதாகும் இவர் அமிர்தசரஸில் பிறந்தவர். இவரது தந்தையார் ஒரு நேப்பாளி. தாய் பஞ்சாப்பைச் சேர்ந்த ஹிந்துப் பெண்மணி. பார்த்திக்கு இரண்டு வயதாகும்போதே அவரது தந்தையார் இறந்துவிட்டார்.

'ஸ்டார் ஒன்' தொலைக்காட்சியின் புகழ்பெற்ற, *The Great Indian Laughter Challenge (Season 4)* நிகழ்ச்சியில் 'லல்லி' என்ற சிறுமியின் பாத்திரத்தில் தோன்றிப் பெரும்புகழடைந்தார்.

'காமெடி சர்க்கஸ்' என்ற தொடர் நகைச்சுவை சீரியல்களில் இவரது திறமையை ரசிப்பதற்காகவே தனி ரசிகர் கூட்டமே வடக்கில் தவமாய்த் தவமிருக்க ஆரம்பித்தது. இவரும் இவரது கணவரும் நடுவர்களாக இருந்த 'ஸோனியின் இந்தியாவின் சிறந்த நடனக் கலைஞர்' நிகழ்ச்சி குறிப்பிடத்தக்கது.

அதன் பின்னர் இன்றுவரை பிக் பாஸ் உட்பட ஏராளமான தொலைக்காட்சி நிகழ்ச்சிகளிலும், ஸ்டேண்ட் அப் காமெடிக்கெனவே ஏற்பாடுசெய்யப்பட்டிருக்கும் பல விழாக்களிலும் கொடிகட்டிப் பறந்துவருகிறார்.

2012ஆம் ஆண்டு தொலைக்காட்சி ரியாலிடி ஷோவான, 'ஜாலக் டிக்ஹ்லா ஜா' என்பதன் மூலம் புகழ் வெளிச்சத்துக்கு வந்தார். இவரது கணவரும் எழுத்தாளருமான ஹார்ஷ் லிம்பாச்சியா என்பவரும் இவரது நிகழ்ச்சிகளுக்குப் பக்கபலமாக இருக்கிறார்.

பல சுவாரசியமான தொலைக்காட்சித் தொகுப்புகளின் நடுவராகவும் கலகலப்பு மழை பொழிந்துவருகிறார். இவர் ஒரு தொலைக்காட்சிப் பிரபலம் மட்டும் அல்ல; ஹிந்தி, பஞ்சாபி, கன்னடப் படங்களில் நடித்திருக்கும் நடிகையும்கூட! 7 திரைப்படங்களில் நடித்திருக்கிறார்.

வடக்கில் இவரை, 'காமெடி குயின்' என்று செல்லமாக அழைக்கிறார்கள்.

பிஸ்டல் மூலம் சுடுவதிலும், வில்வித்தையிலும் தேசிய அளவில் பார்தி சிங் பரிசுகள் பெற்றிருக்கிறார் என்பதும் குறிப்பிடத்தக்கது.

சரி... இவ்வளவு பிசியாக இருந்த பார்தி, இந்தக் கொரோனா நாடடங்கை எப்படிச் சமாளித்துக்கொண்டிருக்கிறாராம்?

"வீட்டை சுத்தம் செய்வது, பாத்திரம் கழுவது, சமைப்பது, துவைப்பது என அனைத்து வேலைகளையும் ரொம்ப வருஷத்துக்குப் பிறகு நானே செய்தேன்; அது வித்தியாசமான அனுபவம்."

"எதிர்காலத் திட்டம்?"

"நானும் கணவரும் சேர்ந்து 'Hum, Tum Aur Quarantine' என்ற தொலைக்காட்சி நிகழ்ச்சி தயாரிக்கும் ஏற்பாடுகளில் தீவிரமாயிருக்கிறோம். VMate நிறுவனத்துடன் இணைந்து, மக்கள் தமது வீட்டில் இருந்தபடியே சிறு வீடியோக்களை எடுத்துப் பணம் சம்பாதிக்க உதவும் முயற்சியிலும் ஈடுபட்டிருக்கிறேன்."

2

ருச்சி சாங்வி

முகநூலின் அடையாளம்

பச்சைக் குழந்தைகளில் இருந்து, பல் செட் தாத்தா வரை இன்று முகநூல் பற்றித் தெரிந்து வைத்திருக்கிறார்கள்; அதில் கணக்கும் துவக்கியிருக்கிறார்கள்.

பல காரணங்களால் தொடர்பு விட்டுப்போனவர்கள், தங்கள் உறவையும் நட்பையும் புதுப்பித்துக்கொள்ள ஓர் அரிய வரமாய் ஃபேஸ்புக் எனப்படும் முகநூல் திகழ்கிறது. உலகத்தின் மிகப் பெரிய சமூக வலைதளம் இது.

பலரது உணர்வுகளுக்கும், ஆரம்ப நிலைப் படைப்பாற்றல்களுக்கும் ஆரோக்கியமான வடிகாலாக இருப்பதும் முகநூலே. காலையில் எழுந்ததும் முதல் வேலையாக முகநூலில் விழிப்பவர்கள் ஏராளம். இரவு தூக்கத்தில்கூட அவ்வவ்போது எழுந்து தங்கள் பதிவுக்கு எத்தனை லைக் விழுந்திருக்கிறது, எத்தனை கமென்ட் வந்திருக்கிறது என்று பார்ப்பவர்களும் இருக்கத்தான்செய்கிறார்கள்.

இப்படி ஒட்டுமொத்த உலகத்தின் பெரும்பான்மைப் பொழுதை ஈர்க்கும் முகநூல் நிர்வாகத்தில் ஆண்களின் ஆதிக்கமே நிறைந்திருந்தாலும், ஆரம்ப கட்டத்திலேயே அதன் முதல் பெண் பொறியாளராகச் சேர்ந்து முகநூல் வடிமைப்பில் பல புதுமைகளைப் புகுத்தியவர் ஓர் இந்தியப் பெண்மணி! அவர்தான் 1982ஆம் ஆண்டு ஜனவரி மாதம் 20ஆம் தேதி பூனேவில் பிறந்த ருச்சி சாங்வி.

தன்னுடைய எலக்ட்ரிகல் கம்ப்யூட்டர் பொறியியல் முதுகலைப் பட்டத்தை பென்சில்வேனியாவில் இருக்கும் புகழ்பெற்ற கார்னகி மெல்லன் பல்கலைக்கழகத்தில் இவர் முடித்தார். ஆரக்கிள் கார்ப்பொரேஷனில் வேலைக்குச் சேர்ந்தார். 2005 ஆம் ஆண்டில் ஃபேஸ்புக் நிறுவனத்தின் முதல் பெண் பொறியாளராகப் பணியமர்ந்தார்.

2010ஆம் ஆண்டின் பிற்பகுதியில் ஃபேஸ்புக் நிறுவனத்தில் சேர்ந்த

இவர், தன்னுடைய திறமையால் பல விதப் புதுமைகளையும் அந்நிறுவனத்தில் புகுத்தினார். ஃபேஸ்புக்கில் வரும் 'நியூஸ் ஃபீட்' என்ற முக்கியமான அங்கத்தை வடிவமைத்தவர்களில் இவரும் ஒருவர். அதை 2006 ஆண்டு செப்டம்பர் மாதம், உலகுக்கு அறிமுகப்படுத்தும் செய்தியைத் தனது பிளாக் *(Blog)* மூலம் வெளியிட்டுப் பரபரப்பை ஏற்படுத்தினார்.

சாதனையாளர்கள் ஒரே இடத்தில் இருக்க விரும்பமாட்டார்கள் அல்லவா? ருச்சியும் ஃபேஸ்புக் நிறுவனத்தில் இருந்து 2001 ஆம் ஆண்டு விலகினார். மேலும் இருவருடன் சேர்ந்து, சொந்தமாக 'கோவ்' *(COVE)* என்ற நிறுவனம் ஒன்றைத் துவக்கினார். பின்னர் அது 'ட்ராப் பாக்ஸ்' என்ற குழுமத்திடம் விற்கப்பட்டபோது அதில் வைஸ் பிரசிடென்ட் ஆனார். அவரது செயல்பாட்டு வேகத்துக்கு அப்பதவி ஈடுகொடுக்க முடியவில்லை போல! அங்கிருந்தும் 2013ஆம் ஆண்டு அக்டோபர் மாதம் விலகினார். 2016ஆம் வருடம், 'சௌத் பார்க் காமன்ஸ்' என்ற அமைப்பை உருவாக்கினார். திறமையுள்ள இளைஞர்களின் ஆலோசனைகள் பலவும் ஏற்கப்பட்டு, அவற்றுக்கு செயல் வடிவம் தருகிற அமைப்பு இது.

ருச்சி தற்போது சிலிக்கான் வேலியில் இருக்கும் பல மிகப் பெரும் நிறுவனங்களில் முதலீட்டாளராகவும், ஆலோசகராகவும் திகழ்கிறார். இதில் புற்றுநோய்க்கு மருந்து கண்டுபிடிக்கும் ஆராய்ச்சியில் ஈடுபட்டிருக்கும் ஸ்டெம்ஸென்ட்ரிக்ஸ் நிறுவனமும் அடங்கும்.

கல்வி வளர்ச்சி போன்ற பொதுச் சேவைகளுக்காகப் பெருமளவு பணத்தை அளிக்கும் கொடையாளராகவும் இருக்கிறார்.

தனது அனைத்து முன்னேற்றங்களுக்கும் உறுதுணையாக இருக்கும் ஆதித்யா அகர்வால் என்பவரைத் திருமணம் செய்துகொண்டிருக்கிறார்.

இந்தக் கணிப்பொறி மங்கைக்கு, ஃபேஸ்புக்கில் இவர் நிகழ்த்திய சாதனைகளைக் கௌரவிக்கும் வண்ணம், '*Best Engineering Leadership Award*' என்ற விருது 2011ஆம் ஆண்டு வழங்கப்பட்டிருக்கிறது.

அடிக்கடி ருச்சி சாங்வி சொல்வது இதுதான்: "நான் எப்போதுமே கேள்விகள் கேட்க அச்சப்பட்டதில்லை; எனது வாய்ப்புகளுக்காக எனது கையை உயர்த்தத் தயங்கியதேயில்லை. முட்டாள் எனச் சிலரால், சில சமயம் அழைக்கப்பட்டதுண்டு. ஆனால் அது என் பாதையில் முன்னேறவே உதவியது."

3

சோஹினி சாஸ்திரி

ஜோதிடப் பெண் புலி

ஜோதிடத்தை நம்புபவர்கள் பலரும் இருக்கிறார்கள்; அதே சமயம் நம்பாதவர்களும் இருக்கிறார்கள். ஆனால் பெரும்பாலான ஜோதிடர்கள் ஆண்களாகவே இருப்பதென்னவோ உண்மை. இப்படி ஆண்களே கோலோச்சும் ஜோதிடக் கலையில் ஏராளமான விருதுகளைக் குவித்து, இந்தியாவில் மிகவும் குறிப்பிடத்தக்க இடத்தில் இருக்கும் பெண்மணிதான் சோஹினி சாஸ்திரி.

கொல்கத்தாவைச் சேர்ந்தவர் இவர். புகழ்பெற்ற ஸ்வாமி தர்மமேக் ஆரண்யா மற்றும் ஸ்வாமி ஹரிஹரானந்தா ஆரண்யா ஆகியோரின் குடும்பத்தைச் சேர்ந்தவர்.

கொல்கத்தா பல்கலைக்கழகத்தில் எம்.ஏ. படித்த இவர், அமெரிக்காவில் இருக்கும் விக்டோரியா குளோபல் பல்கலைக்கழகத்தில் அரசியல் விஞ்ஞானத்தில் பி.ஹெ.டி. முடித்தார். இசையிலிலும் நாட்டம்கொண்ட இவர் அதில் டிப்ளமா முடித்து சாதகமும் செய்துவருகிறார்.

2019ஆம் ஆண்டு அமெரிக்காவின் நேஷனல் அமெரிக்கன் பல்கலைக்கழகத்தில் கௌரவ டாக்டர் (D.Litt.) பட்டம் பெற்றவர். *Champions of Change* என்ற விருதைப் பெற்றவர். அதே ஆண்டு, *'Pride of the Nation'* என்ற விருதையும் பெற்றவர்.

உலகப் புகழ்பெற்ற *'Astrological Association of Great Britain'*, *'American Federation of Astrologers'*, *'Federation of Australian Astrologer'* மற்றும் *'Asian Congress of astrologers'* போன்ற நிறுவனங்களில் உறுப்பினராகவும் இருந்துவருகிறார்.

பல்வேறு பத்திரிகைகளில் ஜோதிடம் பற்றிய இவர் எழுதும் கட்டுரைகள் மிகப் பிரபலம். பல தொலைக்காட்சி சேனல்கள் இவரது நிகழ்ச்சிகளைப் போட்டிபோட்டுக்கொண்டு ஒளிபரப்புகின்றன.

இவர் எழுதிய முதல் புத்தகம் *'Career astrology'*. இந்தப் புத்தகத்தின்

முதல் பிரதியைப் பெற்றுக்கொண்டவர் பிரபல நடிகை ப்ரீதி ஜிந்தா. இந்தப் புத்தகத்தில் தொழில் மற்றும் பார்க்கும் வேலையில் ஒவ்வொருவருக்கும் ஏற்படும் ஏற்றத் தாழ்வுகளில் ஜோதிடத்தின் பங்கு என்ன என்பது பற்றியும், தோல்வி மற்றும் நஷ்டங்களை வெல்வது பற்றியும் எழுதியிருக்கிறார்.

இவர் கைரேகை, நியூமரலாஜி, ஜெம்மாலஜி, வாஸ்து சாஸ்திரம் போன்றவற்றிலும் ஆலோசனைகள் சொல்கிறார்.

வடக்கத்திய முக்கியத் திரை நட்சத்திரங்கள் மற்றும் பெரும் வர்த்தகப்புள்ளிகள் ஆகியோருக்கு சோஹினி சாஸ்திரிதான் ஆஸ்தான ஜோதிடர்.

தெருவோரக் குழந்தைகளை வறுமையின் பிடியில் இருந்து மீட்டு, அவர்கள் கல்வி கற்கவும் தம்மாலானதைத் தொடர்ந்து செய்துவருகிறார். ஸ்மைல், ராம்கிருஷ்ணா மிஷன், இஸ்கான், ஹெல்ப் ஏஜ் போன்ற தொண்டு நிறுவனங்களுடன் கைகோர்த்து சமூக சேவைகள் பலவற்றிலும் ஈடுபட்டு வருகிறார்.

கர்ம வினைப் பயன்களில் அதிகம் நம்பிக்கையுடைய சோஹினி அடிக்கடி சொல்வது இதுதான்: "நம்முடைய தற்போதைய வாழ்க்கையில் விளையும் சம்பவங்கள் அனைத்துக்கும், நாம் முன்னர் செய்த செயல்களே நேரடியான காரணமாகும். இப்போது நாம் எதிர்கொள்ளும் கஷ்ட நஷ்டங்களை நமது நேர்மறைச் செயல்பாடுகள் மூலம் நிவர்த்தி செய்துகொள்ளலாம். பிரச்னை எதுவானாலும் அதற்கு ஏற்ற தீர்வு ஜோதிடத்தில் இருக்கிறது."

4

திவ்யா அஜித்குமார்

வீரவாள் மங்கை

பெரும்பாலும் போர்க்களம் என்பது ஆண்கள் மட்டுமே பங்குபெறும் களமாக ஒரு காலத்தில் இருந்தது. காலக்கிரமத்தில் பெண்களும் ராணுவத் துறையில் ஈடுபட ஆரம்பித்துப் போர்க்களம் கண்ட நிகழ்வுகளைச் சரித்திரம் சொல்லும். ராணி மங்கம்மா, தில்லையாடி வள்ளியம்மை, ஜான்ஸி ராணி என்று போர் புரிந்த வீர மங்கையர்கள் பலருண்டு. அவ்வளவு ஏன், இந்தியாவின் முந்தைய ராணுவ அமைச்சராகவே ஒரு பெண் இருந்திருக்கிறாரே!

சென்னையில் உள்ள ஆஃபீஸர்'ஸ் ட்ரெயினின் அகாடமி என்னும் ராணுவப் பயிற்சி நிறுவனத்தின் மிகக் கடுமையான 49 வார காலப் பயிற்சியில் சிறப்பாகக் களமாடியவர்களுக்கு அளிக்கப்படும் மிக உயரிய அங்கீகாரம்தான் 'வீர வாள்' *(Sword of Honour)* பெறுவது என்பதாகும்.

ஒவ்வொரு பயிற்சிக் காலத்திலும் ஆண்களே பெற்றுவந்த இந்த மிக உயரிய கௌரவத்தை முதன் முதலாக ஒரு பெண்ணும் பெற்றிருக்கிறார். அவர்தான் வயது 21 வயதான திவ்யா அஜித்குமார்!

யார் இந்த திவ்யா அஜித்குமார்? இவர் ஒரு சென்னைத் தமிழ்ப் பெண். ராணுவப் பின்புலம் ஏதும் இல்லாத குடும்பம் இவருடையது. சென்னை குட் ஷெப்பர்ட் மெட்ரிகுலேஷன் மேல்நிலைப் பள்ளியிலும், அதைத் தொடர்ந்து ஸ்டெல்லா மேரி கல்லூரியிலும் படித்த பி. காம் பட்டதாரி இவர்.

கல்லூரியில் வாழ்க்கையில் இவர் என்.சி.சியில் கொண்ட மோகமே இவரை இந்திய ராணுவத்தில் சேரும் ஆர்வத்தைத் தூண்டியது.

2008ஆம் ஆண்டு டெல்லி குடியரசு தின விழாவில் பங்குபெற்றவர். அவரது தலைமைப் பண்பு அவரை *All India NCC girls Contingent Commander* என்ற உயரத்துக்கு அவரை இட்டுச்சென்றது. '*All India*

DIVYA A

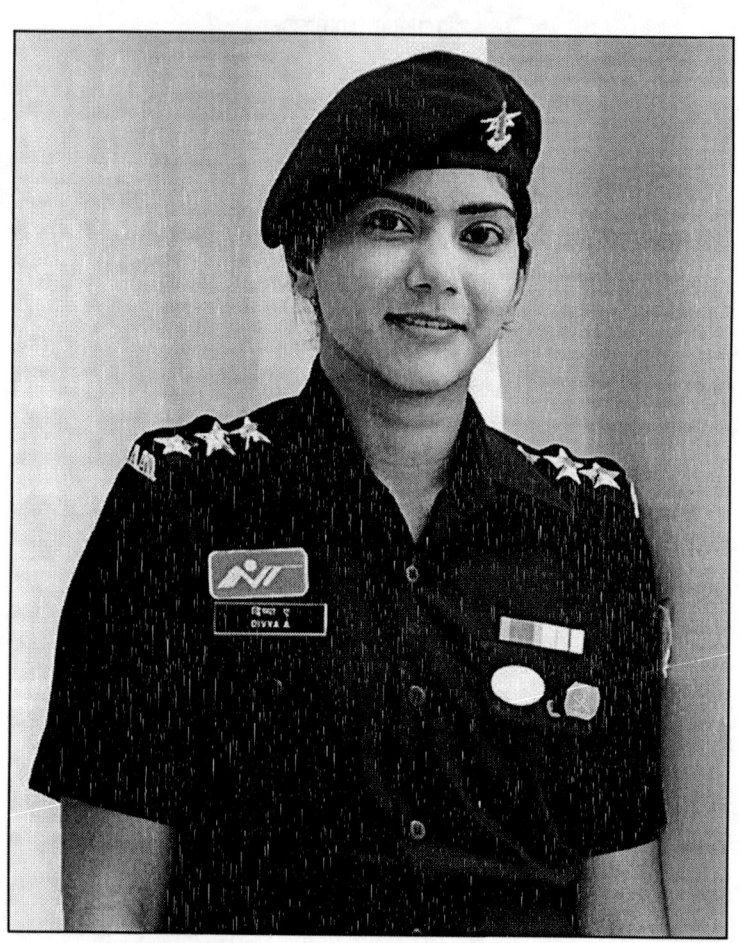

Best Parade Commander' என்ற அங்கீகாரமும் இவருக்குக் கிடைத்தது.

படித்து முடித்த பிறகு, யூனியன் பப்ளிக் சர்வீஸ் கமிஷனால் நடத்தப்பட்ட கம்பைன்ட் டிஃபன்ஸ் சர்வீஸ் தேர்வில் வெற்றிபெற்றார். பயிற்சிக்காக சென்னையில் இருக்கும் ஆஃபீஸர்'ஸ் ட்ரெயினிங் அகாடமியில் சேர்ந்தார். அங்கேதான் வீரவாள் அங்கீகாரமும் கிடைத்தது.

சரி இவருக்கு வீரவாள் கிடைத்தது பற்றி...?

சென்னையில் இருக்கும் ஆஃபீஸர்'ஸ் ட்ரெயினிங் அகாடமியில் இவரது சிறந்த செயல்பாட்டை அங்கீகரிக்கும் அடையாளமாகத்தான் 2010ஆம் ஆண்டு வீரவாள் அந்தஸ்து அளிக்கப்பட்டது. 70 பெண்கள் உட்பட மொத்தம் 230 சக பயிற்சியாளர்களுக்கு மத்தியில் இந்த வீரவாளை இவர் கைப்பற்றியிருக்கிறார்.

அதன் பின்னர் அதே அகாடமியில் பயிற்றுநராகவும் மேஜர் திவ்யா பணியாற்றினார். தமது 25 ஆவது வயதில், 154 பெண் ராணுவ அதிகாரிகளுக்குத் தலைமை ஏற்று வழிநடத்தும் பொறுப்பையும் குடியரசு தின விழாவில் - அதே டெல்லியில் - ஏற்றிருக்கிறார். அப்போதைய சிறப்பு விருந்தினர் அமெரிக்க அதிபராக இருந்த பராக் ஒபாமா!

தன்னுடைய பணியில் மட்டும் அல்லாது விளையாட்டிலும் இவருக்குத் தீவிரமான ஆர்வம் உண்டு. கூடைப்பந்து மற்றும் வட்டு எறிதல் ஆகியன இவருக்கு விருப்பமானவை. பரதநாட்டியம் தெரிந்தவர்; இசைக் கருவிகளும் வாசிப்பார்.

அவ்வப்போது பள்ளிகள் மற்றும் கல்லூரிகளுக்குச் சென்று, மாணாக்கர்களுக்கு ராணுவப் பணியில் ஈடுபடும் உத்வேகச் சொற்பொழிவுகளையும் நிகழ்த்திவருகிறார்.

'ஒரு பெண்ணாகப் பாலின வேறுபாடுகளை எதிர்கொள்ள நேர்ந்ததா?' என்ற கேள்விக்கு திவ்யா அஜித்குமார் அடிக்கடி சொல்லும் பதில் இதுதான்:

"நான் பாலினப் பாகுபாடாக அவற்றைப் பார்ப்பதில்லை; சவால்களாகவேதான் கருதினேன். ஒரு பெண்ணாக என்னால் சாதிக்க முடிந்தது என்றால், மற்ற ஒவ்வொரு பெண்ணாலும் சாதனைகளை நிகழ்த்த முடியும். கனவுகள் மெய்ப்பட, நாம் செயல்படவேண்டும். விஷயம் அவ்வளவுதான்!"

5

இஷிதா மாளவியா

இந்தியாவின் முதல் பெண் சர்ஃபர்

கடலையோ அதன் அலைகளையோ ரசிக்காதவர்கள் யார் இருப்பார்கள்? ஓங்கி உயர்ந்து, ஆர்ப்பரித்து வரும் அலைகளையே விளையாட்டுக் களமாக்கி, அலைகளை எதிர்த்தும், அலைகளின் போக்கிலும், அலைகளை ஊடறுத்தும் காலில் கட்டியிருக்கும் தக்கைப் பலகையுடன் சாஹஸங்களை நிகழ்த்தும் விளையாட்டை அலைச்சறுக்கு - சர்ஃபிங் - என்பார்கள். இந்த விளையாட்டு வீரர்களை 'சர்ஃபர்' என்பார்கள். முதலில் சர்ஃபிங் போட் என்றழைக்கப்படும் மிதவைப் பலகையைத் தமது கால்களில் இணைத்துக்கொண்டு, கரையோரத்தில் சர்ஃபர் நீந்த ஆரம்பிப்பார். அலைகளின் தன்மையைக் கணித்த பிறகு, தக்கைப் பலகை மீது எழுந்து நின்று, அலைகளை எதிர்கொள்வதைத் தொடர்வார்.

மிகக் கடுமையான பயிற்சி, தன்னுடைய வேகம், கடல் அலையின் வேகம், வீழ்ந்துவிடாமல் உடலைச் சமநிலையில் வைத்திருப்பது, முழு பலத்தையும் கால்களில் தாங்கும் வலு, கடல் வாழ் உயிரினங்களால் ஏற்படும் ஆபத்துகளைச் சமாளித்தல், பாறைகளில் மோதாமல் இருத்தல் போன்ற பல நுணுக்கமான காரணிகள் கொண்டிருப்போரால் மட்டுமே இந்த அலைச்சறுக்கில் பிரகாசிக்க முடியும். ஆண்கள் மட்டுமே கோலோச்சி வந்த இந்த அலைச்சறுக்கில் ஈடுபட்டு, அதில் வெற்றியும் பெற்றிருக்கும் முதல் இந்தியப் பெண் சர்ஃபர் இஷிதா மாளவியா.

இவர் ஒரு மும்பைப் பெண். பெண் என்றால் வெள்ளைத்தோல் இருக்கவேண்டும்; எல்லோரும் போகும் வழியிலேயே போகவேண்டும்; வழக்கமாப் பெண்கள் தேர்ந்தெடுக்கும் துறையையே தேர்ந்தெடுக்கவேண்டும் என்கின்ற அனைத்துப் பொதுப்புத்திக்கும் எதிராக, சர்ஃபிங்கைத் தேர்ந்தெடுத்துச் சாதனை படைத்துவருகிறார் இஷிதா மாளவியா.

புகழ்பெற்ற ஃபோர்ப்ஸ் இதழின் 2019 ஆம் ஆண்டு, '*Forbes 30 Under 30*' பட்டியலில், 'இந்தியாவின் முதல் மற்றும் தொழில்முறை சர்ஃபர்' என்ற அங்கீகாரத்தைப் பெற்றிருக்கிறார் அப்போது 29 வயதான இந்த இந்திய மங்கை. பல யுவதிகளுக்கும் இஷிதாவின் சாதனை ஓர் உந்துசக்தியாக இருக்கிறது. மாளவியாவின் வாழ்க்கை டாக்குமெண்டரியாகவும் எடுக்கப்பட்டிருக்கிறது. பிரபலமான ராக்ஸி ஸ்விம்வேர் நிறுவனத்தின் நீச்சல் உடைகளின் பிராண்ட் அம்பாஸடராகவும் இவர் திகழ்கிறார்.

2007 ஆம ஆண்டில் மாணவியாக இருந்த இஷிதா, சர்ஃபிங்கைப் பற்றி அதிகம் தெரியாத ஒரு வட்டாரத்தில் அதனைப் பிரபலப்படுத்தப் பெரிதும் முயன்றார். தொடர்ந்து போராடிய அவர் தற்போது கர்னாடகா மாநிலத்தில் உடுப்பிக்கு அருகே இருக்கும் கொடி பெங்ரே என்ற கடற்கரைப் பகுதியில் 'ஷாகா சர்ஃப் கிளப்' என்ற ஒன்றைத் தமது ஆண் நண்பரான துஷார் பாத்தியான் என்பவருடன் தொடங்கி, வெற்றிகரமாக நடத்திவருகிறார். (ஷாகா என்ற வார்த்தைக்கு 'எதையும் லேசாக எடுத்துக்கொள்ளுங்கள்' என்று அர்த்தம்!) 'கேம்ப் நமலோஹா (*Camp Namaloha*) என்ற அமைப்பையும் நடத்துகிறார்.

இப்படி ஒரு கிளப்பை ஆரம்பிக்கும் எண்ணம் எப்படி வந்தது?

"குழந்தைப் பருவத்தில் இருந்தே துஷாருக்கும் எனக்கும் சர்ஃபிங் கற்றுக்கொள்ளும் ஆவல் இருந்தது. பின்னர் மணிபாலில் படித்துக்கொண்டிருக்கும்போது இப்படி ஓர் அமைப்பை உருவாக்கும் எண்ணம் தோன்றியது. முதலில் விளையாட்டாக நண்பர்களுடன் சர்ஃபிங்கில் ஈடுபட்டோம். விரைவில் தொழில்முறையாக அதை மாற்றினோம். இதழிலியல் நானும் கட்டிடக்கலையில் துஷாரும் பட்டம் பெற்றோம். இந்தியாவில் கடற்கரைக்கான நாகரிகம் என்ற ஒன்றே இல்லை. அதை உருவாக்குவதற்காகத்தான் ஷாகா சர்ஃப் கிளப்பைத் தொடங்கினோம். சர்ஃபிங் ஒரு நீர் விளையாட்டு எனப்தைவிட மிகச் சிறந்த உடற்பயிற்சி என்றே சொல்லலாம். இதைக் கற்றுக்கொள்ள இளஞர்களாகத்தான் இருக்கவேண்டும் என்ற அவசியம் இல்லை. 50 வயதிலும் கற்றுக்கொள்ளலாம்."

மணிப்பாலுக்கு அடுத்ததாக சர்ஃபிங்குக்கு வாய்ப்பிருக்கும் இருக்கும் இந்தியப் பகுதிகளாக அவர் சொல்வது மஹாபலிபுரம், பாண்டிச்சேரி, வைஸாக், பூரி மற்றும் கேரளாவின் கோவளம் மற்றும் வர்க்கலா.

சர்ஃபிங்கின்போது எடுத்துக்கொள்ளப்பட வேண்டிய முன்னெச்சரிக்கைகள் என்னென்ன?

"முறையான பயிற்சி தேவை. ஒருபோதும் தனியே சர்ஃபிங் செய்யாதீர்கள். எளிதில் உடம்பில் இருந்து நீர் வற்றிப்போகும் ஆபத்து உள்ளதால் நிறையத் தண்ணீர் குடித்துவிட்டே சர்ஃபிங் செய்யவேண்டும். சர்ஃபிங்கின்போது சூரியக் கதிர்களில் இருந்து நமது தோலில் படக்கூடிய அல்ட்ரா வயல்ட் கதிர்களிலிருந்து பாதுகாக்கும் சன் ப்ளாக் அவசியம் உபயோகிக்கவேண்டும். சர்ஃபிங் கற்றுக்கொள்ளக் கொஞ்சம் காலம் ஆகும். அதனால் மனம் தளரக்கூடாது.

இஷிதா மாளவியா தமது லட்சியமாக எதைச் சொல்கிறார்?

"இந்தியாவில் சுமார் 7,000 கி.மீ. நீளமுள்ள கடற்கரைகள் இருக்கின்றன. சர்வதேச அளவில் சர்ஃபிங்கைப் பிரபலப்படுத்தும் அளவுக்கு இந்தியக் கடற்கரைகளைக் கொண்டுசெல்வதே எனது லட்சியம்!"

6

மெஹ்விஷ் முஷ்டாக்

செயலியை உருவாக்கிய சாதனைப் பெண்

இந்த நவீன யுகத்தில் கணிப்பொறியிலும் சரி, கைபேசியிலும் சரி 'ஆப்' என அழைக்கப்படும் செயலிகளைப் பயனபடுத்தாதவர்கள் மிகக் குறைவு.

உடுத்தப் புடவை வாங்குவதென்றாலும், உண்ண உணவுகளை வீட்டுக்கே தருவிப்பதென்றாலும், குடியிருக்க வீடுகளைத் தேடுவதென்றாலும், வாகனங்களை வாங்குவதென்றாலும் பயணங்களுக்கு முன்பதிவுசெய்வதென்றாலும்... இப்படி எல்லாத் தேவைகளுக்குமான இணையச் செயலிகளின் பயன்பாடுகள் அநேகம்.

இந்தச் செயலிகளைப் பயன்படுத்துவதோடு நிற்காமல் இவற்றை உருவாக்கியவர்கள் யார் என்று எப்போதாவது பார்த்திருக்கிறீர்களா? அப்படிப் பார்த்தால் பெரும்பாலான செயலி உருவாக்கங்களில் கோலோச்சி வருவது ஆண்களே என்பது தெரியவரும். இப்படி ஆண்களின் ஆதிக்கமே அதிகமாக இருக்கும் செயலி உருவாக்கத்தில் சாதித்துத் தடம் பதித்திருக்கிறார் ஒரு காஷ்மீரத்துக் கட்டழகி. ஆண்ராய்ட் செயலியை உருவாக்கியிருக்கும் முதல் காஷ்மீரத்துப் பெண் என்னும் பெருமை பெற்றவர்தான் 24 வயதாகும் மெஹ்விஷ் முஷ்டாக்.

அரசியல் நிர்பந்தங்கள் மற்றும் தொழில்நுட்ப வேலைவாய்ப்புகளுக்காகப் பெருமளவில் இளைஞர்களும் யுவதிகளும் காஷ்மீரைவிட்டு வெளியேறிக்கொண்டிருக்கும் தற்போதைய சூழலில், அவர்களுக்கு வீட்டிலேயே வேலைவாய்ப்பையும் உருவாக்கித் தந்து, காஷ்மீருக்கும் பெருமை சேர்க்க நினைத்தார் இந்த ஸ்ரீநகர்ப் பெண் மெஹ்விக். விளைவு? அவர் உருவாக்கி, இன்று பலருக்கும் பயன்பட்டுக்கொண்டிருக்கும் ஒரு செயலி.

அவர் உருவாக்கியிருக்கும் இந்தச் செயலிக்குப் பெயர், 'டயல் காஷ்மீர்.'

மெஹ்விஷ் முஷாக்கின் பின்னணி என்ன?

இவரது தந்தை இந்தியன் ஃபாரின் சர்வீஸில் அலுவலராகப் பணியாற்றியவர். தாயார் இல்லத்தரசி. சகோதரர் டெல்லியில் படிக்கிறார். பிரசன்டேஷன் கான்வென்டில் பள்ளிப் படிப்பை முடித்ததும், ஆல் இந்தியா எஞ்சினீரிங் என்ட்ரன்ஸ் தேர்வை மெஹ்விஷ் எழுதினார். அவரால் தேர்ச்சி அடைய முடியவில்லை. பின்னர் ஒரு சாதாரணமான கல்லூரியில் சேர்ந்தார்.

அது சரி, அவர் உருவாக்கிய செயலியில் என்னதான் இருக்கிறது?

காஷ்மீரைப் பொருத்தவரை உடல்நலம், கல்வி, போக்குவரவு, காவல் துறை மற்றும் பல்வேறு தகவல்களை ஒரே ஆப் மூலம் உங்களுக்கு அளிக்கும் வகையில் இந்தச் செயலி வடிவமைக்கப்பட்டிருக்கிறது.

இப்படி ஒரு செயலியை உருவாக்கவேண்டும் என்ற ஆர்வம் எப்படி ஏற்பட்டதாம்?

‘முகநூல் பக்கங்களைப் பார்த்துக்கொண்டிருந்தபோது ஒரு விளம்பரம் கண்ணில் தென்பட்டது. அது என்னை ஈர்த்தது. எனவே அதை கிளிக் செய்து பார்த்தேன். அந்த விளம்பரம் இணையத்தின் மூலம் செயலிகளை உருவாக்கும் பயிற்சி அளிப்பதைப் பற்றியது. அதில் நான் சேர்ந்தேன். அந்த ஒரு மாதப் பயிற்சியில் மூழ்கிப்போனேன். அந்தப் பயிற்சியின் ஓர் அங்கமாக பயிற்சியாளர்களே செயலி ஒன்றை உருவாக்கவேண்டும் என்ற ப்ராஜக்ட் ஓர்க் அளிக்கப்பட்டது. அந்தச் சமயத்தில்தான் ‘டயல் காஷ்மீர்’ ஐடியா உதயமானது.

இந்தியாவின் ஏனைய பகுதிகளிள் இருப்பதைப்போல அனைத்துத் தகவல்களையும் உள்ளடக்கிய முழுமையான இணைய தளங்களோ அல்லது ‘மஞ்சள் பக்கங்களோ’ காஷ்மீரைப் பொருத்தவரை அதுவரை இல்லை. இதனால் பல துறைகளையும் தொடர்புகொண்டு, தமது தேவைகளைப் பூர்த்திசெய்துகொள்ளவும், உரிய சேவைகளைப் பெறவும் மக்கள் பெரிதும் அவதியுற்றதை அறிந்தேன். அதே சமயம் அதிகப்படியானவர்களின் கைகளில் ஆண்ட்ராய்ட் செல்ஃபோன்கள் இருப்பதையும் பார்த்தேன். காஷ்மீரைப் பற்றிய தகவல் களஞ்சியமாக ஒரு செயலியை உருவாக்கினால் அது மிகவும் பயனுள்ளதாக இருக்கும் என்று அப்போது உணர்ந்தேன். இரண்டு வாரக் கடின உழைப்பின் பலனாக, எவருடைய உதவியும் இல்லாமலேயே, ‘டயல்

காஷ்மீர்' செயலிக்கு வடிவம் தந்தேன்" என்கிறார் மெஹ்விஷ் முஷ்டாக்!

காஷ்மீரில் இருக்கும் அனைத்து முக்கியத் துறைகள் மற்றும் அலுவலகங்களின் முகவரிகள், தொலைபேசி எண்கள், மின்னஞ்சல் முகவரிகள் மற்றும் என்ன விதமான சேவைகளைப் பெற யாரைத் தொடர்புகொள்ளவேண்டும் என்பன போன்ற அனைத்துத் தகவல்களையும் கொண்டதாக இந்தச் செயலியை அமைத்திருக்கிறார். அவரது செயலியை கூகுள் ப்ளே ஸ்டோரில் பத்தாயிரத்துக்கும் மேற்பட்டவர்கள் தரவிறக்கிப் பயன்படுத்திவருகின்றனர்.

இவரது சாதனைக்காக இவர் ஃபெமினா பெண்கள் விருது, ஸ்பேஸ் கம்யூனிகேஷன் விருது, ஆல் கிராஸ் ரூட்ஸ் பெண் சாதனையாளர் விருது, தி சண்டே ஸ்டேண்டர்ட் தேவி விருது மற்றும் நாரி ஷக்தி புரஸ்கார் விருது ஆகியவற்றை வாங்கிக் குவிவித்திருக்கிறார்.

தன்னுடைய வெற்றிக்குக் காரணமாக மெஹ்விஷ் என்ன சொல்கிறார்?

"சிறு வயது முதலே எனக்குத் தொழில்நுட்பத்தில் நாட்டம் இருந்தது. எனது குடும்பத்தாரும் எனக்கு ஊக்கம் அளித்தனர். அதைவிட முக்கியம் என்னை எந்த ஒரு துறையிலும் ஈடுபடவேண்டும் என என் வீட்டார் வற்புறுத்தியதே இல்லை!"

இவரது எதிர்கால லட்சியம்?

"சொந்தமாக ஒரு மென்பொருள் நிறுவனம் தொடங்கிப் பல இளைர்களுக்கு வேலை வாய்ப்பை உருவாக்கித் தரவேண்டும்."

இளைஞர்களுக்கு மெஹ்விஷ் முஷ்டாக் சொல்ல விரும்புவது? "வேலைவாய்ப்பு இல்லை எனப் புகார்சொல்லிக்கொண்டிருப்பதில் அர்த்தம் இல்லை. யாராவது வேலை தருவார்கள் என்று காலவரையரையின்றிக் காத்துக்கிடக்காமல் நீங்களே வாய்ப்புக்களை உருவாக்குங்கள். அதற்கான சாத்தியங்கள் கொட்டிக்கிடக்கின்றன!"

7

மாயந்தி லேஞ்சர்

வர்ணனையில் விளாசும் விமர்சகி

விளையாட்டுத் துறை என்பது ஆண்களுக்கு மாட்டுமேயானது என்றதொரு தோற்றம் ஒரு காலத்தில் இருந்து வந்தது. அதைப் போலவே ஊடகத் துறையிலும் ஆண்களின் ஆதிக்கமே மேலோங்கி இருந்தது. 'விளையாட்டு இதழியல்' என்றழைக்கப்படும் ஸ்போர்ட்ஸ் ஜர்னலிஸம் பெண்களின் பங்களிப்பு அற்றதாகவே பல காலம் இருந்துவந்திருக்கிறது.

இப்படியானதொரு சூழலில், விளையாட்டு இதழியலில் ஒருவர் படைப்புக்களைத் தருகிறார் என்றால், கைதேர்ந்த நிருபரின் தகுதிகள் அனைத்தும் அமையப்பெற்றிருப்பதுடன் தான் எழுதும் அல்லது வர்ணனை அளிக்கும் விளையாட்டைப் பற்றி நன்கு தெரிந்தவராகவும், அந்த விளையாட்டின் நெளிவு சுளிவுகளில் கரைகண்டவரகாவும் இருப்பது அவசியம். சரளமாக – விரைவாக – விறுவிறுப்பேற்றும்படியான முறையில் வர்ணனை அளிப்பதும் முக்கியம். குறிப்பிட்ட விளையாட்டின் விதிகள், விதி மீறல்கள், விளையாட்டு வீரர்களைப் பற்றிய தகவல்கள், அவர்களின் சாதனைகள் போன்றனவும் அத்துபடியாக இருக்கவேண்டும் அல்லவா?

அப்படியாந்தொரு விளையாட்டு இதழியலில் அசரடித்துக் கொண்டிருக்கும் அம்மணிதான் மாயந்தி லேஞ்சர்.

இயல்பிலேயே மாயந்தி லேஞ்சர் கால்பந்தாட்ட ரசிகை.

ஈஎஸ்பிஎன் சார்பில் ஃபிஃபா உலகக்கோப்பை 2010, டெல்லியில் நடந்த 2010 காமன்வெல்த் விளையாட்டுப் போட்டிகள் மற்றும் 2001 கிரிக்கெட் உலகக் கோப்பைப் போட்டிகள் ஆகியவற்றில் வர்ணனையாளராக இருந்திருக்கிறார்.

அமெரிக்காவில் இருந்தபோது கல்லூரி நாட்களில் கால்பந்தாட்ட வீராங்கனையாகத் திகழ்ந்த இவர், பின்னர் ஃபிஃபா பீச் கால்பந்தாட்ட

ஒளிபரப்பின்போது நிகழ்ச்சித் தொகுப்பாளராகப் பணியாற்றினார். அந்த நிகழ்ச்சி அமோக வரவேற்பைப் பெற்றது. விளையாட்டு ஆர்வலர்கள் பலரையும் திரும்பிப் பார்க்க வைத்தது. அதில் அவர்பெற்ற புகழ் 'ஜீ ஸ்போர்ட்ஸ்' ஃபுட்பால் கேஃப் உடைய அஸோசியேட் தயாரிப்பாளராக உயர்த்தியது. அதன் பிறகு மாயாந்தி பல விளையாட்டுப் போட்டிகளிலும் வர்ணனையாளரக ஜொலிக்க ஆரம்பித்தார்.

வர்ணனைகளோடு மட்டும் அவர் நிறுத்திக்கொள்லவில்லை. விளையாட்டு துவங்குவதற்கு முன்னரும், விளையாட்டு இடைவேளைகளிலும், விளையாட்டுகள் முடிந்த பின்னரும் அவர் எடுத்த நேர்காண்ல்கள் தனித்துவம்கொண்டனவாக விளங்கின.

டெல்லியில் இருக்கும் அம்பேத்கார் ஸ்டேடியத்தில் நடந்த நேரு கோப்பை கால்பந்தாட்டப் போட்டியில் ஜீ ஸ்போர்ட்ஸ் சார்பாக அவர் ஆட்டத் தொகுப்பாளராகப் பட்டையைக் கிளப்பினார். 2010ஆம் ஆண்டில் டெல்லியில் நடைபெற்ற காமன்வெல்த் போட்டிகளில் சாரு சர்மாவுடன் இணைந்து இவர் செயலாற்றியது மிகப் பிரபலமானது. இப்படிச் சொல்லிக்கொண்டே போகலாம்.

சரி... இவரது பின்புலம் என்ன?

08.02.1985ஆம் ஆண்டு பிறந்த மாயாந்தி, பி.ஏ.(ஹானர்ஸ்) படித்துள்ளார். தந்தை சஞ்சிவ் லேஞ்சர், ஓய்வுபெற்ற ராணுவ அதிகாரி. லெஃப்டினன்ட் ஜெனெரலாகப் பணியாற்றியவர். மாயந்தியின் கணவர் ஸ்டூவர்ட் பின்னி கிரிக்கெட் ஆல்ரவுண்ட் விளையாட்டு வீரர்.

புகழுக்காகவே ஸ்டூவர்டைத் திருமணம் செய்துகொண்டார் இவர் என்று சொல்பவர்களும் உண்டு. ஆனால் திருமணத்தின்போது தாங்கள் இருவருமே அவ்வளவு பிரபலமில்லை என்று பின்வருமாறு அடித்துச்சொல்கிறார் மாயாந்தி.

"அப்போது மிசிலி லில் இருந்து ஸ்டூவர்ட் வெளியேற்றப்பட்டிருந்தார். நானும் ஜீ டி,வியை விட்டு விலகியிருந்தேன். எங்களுக்கு எல்லா முன்னேற்றங்களும் கூடுதலாக ஏற்பட்டது எங்களது திருமணத்துக்குப் பிறகுதான்! இவ்வளவு நாள் நடந்ததைப்போலவே எதிர்காலத்திலும் நிச்சயம் எங்களுக்கு நல்லதே நடக்கும் ஏனெனில் எங்களது இருவர் வாழ்க்கையும் ஒரே அலைவரிசையில் பயணிக்கிறது!"

8

ஆர்லீன் கோமெஸ்

இந்தியாவின் முதல் பெண் டிஸ்க் ஜாக்கி

இசைத் துறையில் அதிகம் கோலோச்சுபவர்கள் ஆண்களே! அதிலும் டிஸ்க் ஜாக்கிகளில் வெகு அரிதாகவே பெண்கள் புகழ்பெற்று விளங்குவதைப் பார்க்கலாம். எதிலும் எதிர்நீச்சல் போட்டுக் கவனத்தை ஈர்ப்பவர்களும் இருப்பார்கள் அல்லவா?

பளபளக்கும் ஒளியலங்காரங்கள்; நொடிக்கு நொடி மாறும் வர்ணஜாலம்; இவற்றுக்கு இடையில் ஓங்கி ஒலிக்கும் இசைக்கு ஏற்ப நடனமாடிப் பாட்டுப் பாடும் டிஸ்க் ஜாக்கிகளை பார்த்திருப்பீர்கள்தானே? அந்த டிஸ்க் ஜாக்கியாக ஜொலிப்பவர்தான் ஆர்லீன் கோமெஸ்.

தமது 18 ஆவது வயதில் இந்தத் துறையில் காலடி வைத்த ஆர்லீன் கோமெஸ், பெங்களூருவின் முதல் பெண் டிஸ்க் ஜாக்கி என்ற சிறப்பையும் பெற்றிருக்கிறார்.

பெங்களூருவில் இருக்கும் பால்ட்வின் பெண்கள் உயர்நிலைப் பள்ளியில் ஆரம்பக் கல்வி கற்ற இவர், வணிகவியலில் கிறிஸ்ட் பல்கலைக்கழகத்தில் பட்டம் பெற்றார். ஃப்ரெஞ்சும் கற்றுக்கொண்டார்.

தமது சகோதரியுடன் சேர்ந்து பாடல்களைப் பாடிய உத்வேகத்தில் பல கிளப்புகளிலும் இவரது பதின்ம வச்யதிலேயே பாட ஆரம்பித்துவிட்டார் ஆர்லீன். அதன் பின்னர் வேகமெடுக்கத் தொடங்கியது அவரது கலைப் பயணம்.

பலரும் அவருக்கு உதவியிருந்தாலும் அவரது முன்னாள் ஆண் நண்பரும் பின்னாள் கணவருமான கிளாட்வின் செய்த உதவிகள் மகத்தானவை. கிளாட்வினும் ஒரு டிஜேதான்.

கிளாட்வினிடம் பயிற்சி பெற்றுக்கொண்டே அவருடன் சேர்ந்து நிகழ்ச்சிகளில் ஆரம்பத்தில் தோன்றலானார். ஆரம்பத்தில் ஒரு காட்சிப்பொருளாகவே நிகழ்ச்சிகளில் பார்க்கப்பட்ட ஆர்லீன், கூடிய விரைவிலேயே தனது தனித்துவம் மிக்க இசை ஞானத்தாலும்

நடன அசைவுகளாலும் கூட்டத்தை ஈர்க்கும் மையப் புள்ளியாகிவிட்டார்.

திருமண நிகழ்ச்சிகள், பேச்சிலர் பார்டிகள், தனிப்பட்ட கொண்டாட்டங்கள் எனப் பல வற்றிலும் கொடிகட்டிப்பறக்கிறார் கோமெஸ்.

ஸ்ரீலங்கா, மொர்ரீஷியஸ், தாய்லாந்து, நேபாளம் எனப் பல நாடுகளிலும் நிகழ்ச்சிகள் நடத்தி சோபித்திருக்கிறார். இந்தியாவின் அனைத்து முக்கிய நகரங்களும் அவருக்கான மேடை அமைத்துக்கொடுத்திருக்கின்றன.

தற்சமயம் துபாயில் வசித்துவருகிறார். இவருக்கு 'பரீட்சார்த்த இசை நடன ராணி' என்ற பட்டப்பெயரும் உண்டு. இவருக்கு பியானோ மற்றும்கிடார் வாசிக்கவும் தெரியும்.

கால மாற்றத்துக்கு ஏற்றபடி எலக்ட்ரானிக் டேன்ஸ் மியூசிக் வகையில் நிகழ்ச்சிகளை மேம்படுத்திக்கொண்டே இருக்கிறார். இந்தியாவின் கிளப் ம்யூசிக்கின் தலைநகரம் என வர்ணிக்கப்படும் பெங்களூரு இவருக்கு ஆதரவை அள்ளி வழங்கியது. ஹிந்தி ரீமிக்ஸ் பாடல்கள் இவரது கோட்டை எனவே சொல்லலாம்.

டிஜே செய்வதுடன் கிறிஸ்துமஸ் ஆல்பம் ஒன்றையும் தமது குரலில் வெளியிட்டுள்ளார்.

தற்போது ஒரு 'பொட்டிக்' விற்பனை நிலையத்தையும் திறந்து அதி நவீன ஆடைகளையும் ஏனைய சாதனங்களையும் விற்பனை செய்கிறார். அதே சமயம் தாம்சன் ரியூட்டர்ஸ் போன்ற பன்னாட்டு வர்த்தக நிறுவனங்களுக்காகவும் தமது நேரத்தைச் செலவிடுகிறார்.

சில நிகழ்ச்சிகளில் ஏற்கெனவே பதிவு செய்திருக்கும் இசை மற்றும் பாடலை அப்போதுதான் பாடுவதுபோலச் சிலர் அமைத்து ஏமாற்றுவதும் நடக்கிறது என்பது ஆர்லீனுடைய ஆதங்கம். "இந்தப் போலிகளை ரசிகர்கள் வெகு எளிதில் அடையாளம் கண்டுபிடித்துவிடுவார்கள். அப்படி அகப்பட்டால் சரியான பாடமும் புகட்டிவிடுவார்கள்" எனக் கொந்தளிக்கிறார் ஆர்லீன் கோமெஸ்.

வெற்றி ஏணியில் ஏறுவதில் சில இடைஞ்சல்களும் இருக்கத்தான் செய்தன.

"சில நிகழ்ச்சிகளில் ஆண் டிஜேவை ஒப்பந்தம் செய்திருப்பார்கள். என்னைக் கூட்டம் சேர்க்கும் கருவியாக மட்டுமே

பயனபடுத்தப்பார்ப்பார்கள்." என்ற ஆதங்கமும் ஆர்லீனுக்கு உண்டு.

சோதனைகள் பல கடந்து வெற்றிப் பாதையில் தடம் பதித்திருக்கும் ஆர்லீன் கோமெஸ் பெண்களுக்குச் சொல்வது என்ன?

"எல்லாத் தொழில்களிலும் இருப்பதைப் போலவே இதிலும் வெறுப்பாளர்கள் இருந்தனர். எனது இசையைப் பற்றி எதுவும் சொல்ல முடியாத அவர்கள், எனது தோற்றத்தை விமர்சித்தனர். எனக்கு பல வாய்ப்புக்கள் வருவதற்கும் காரணங்கள் கற்பிக்கத் தொடங்கினர். அவையனைத்தும் என் முன்னேற்றத்தையோ ஆர்வத்தையோ துளியும் குறைக்கவில்லை. சொல்லப்போனால் அவை எனக்கு இன்னும் உத்வேகத்தையே அளித்தன. என்னுடைய குடும்பத்தினரும் நண்பர்களும் தொடர்ந்து ஆதரவளித்து என் பக்கத்தில் நின்றதும் எனக்கு வலு சேர்த்தது. பலரும், 'இவள் ஒரு டிஜே தானே? மசிந்துவிடுவாள்' என்று நினைப்பார்கள். ஒரு முறை அப்படித் தவறாக நடக்க முயன்ற

நிகழ்ச்சி அமைப்பாளர் ஒருவரை உதைத்துத் துரத்திய சம்பவமும் நடந்திருக்கிறது. பெண்கள் மன உறுதியோடு தொடர்ந்து முயற்சித்தால் வெற்றி நிச்சயம்!"

9

ரஜனி பண்டிட்

துப்பறியும் பெண் புலி

பிரபல தனியார் துப்பறியும் நிபுணர்கள பற்றிப் புனைவுகளில் படித்திருப்போம்; மாத நாவல்களிலும் ஓரிருவர் நமக்குக் கற்பனையில் பரிச்சையமாகி இருப்பார்கள்.

நிஜ வாழ்க்கையில் தனியார் துப்பறியும் கலை என்பது மிகவும் குறுகிய அளவிலேயே வளர்ந்திருருக்கிறது. அதிலும் ஆண்களின் ஆதிக்கமே அதிகம். தனியார் பெண் துப்பறிவாளர்கள மிகச் சிலரே.

காரணம் இந்தத் துறையில் இருக்கும் பாதுகாப்பு அமசங்கங்கள்தாம். மிகப் பிரபலபமான வழக்கு ஒன்றில் நுழைந்து, துப்புக்கள் துலக்கி, மாறுவேடங்கள் இட்டு, உண்மையைக் கண்டறிவது என்பது நாவல்களுக்கு வேண்டுமானானால் சரிப்பட்டு வரலாம். ஆனால் நிஜ வாழ்க்கைக்கு....?

சாதனை நிரம்பிய தனியார் துப்பறியும் கலையிலும், கால் பதித்து வெற்றிக்கொடி நாட்டி வருகிறார் ராஜனி பண்டிட் என்னும் இளம் பெண்.

மஹாராஷ்ட்ரா மாநிலத்தில முதல் தனியார் துப்பறிய்வாளளரகப் பதிவுபெற்றிருக்கும் சாதனைப் பெண் இவர். இந்தியாவிலும் இவ்வாறு பதிவுபெற்றிருக்கும் முதல் துப்பறியும் பெண்ணும் இவரே!

இவரைப்பற்றி ஒரு டாக்குமெண்டரி வெளியாகி இருக்கிறது. ஃபேஸஸ் பிஹைண்ட் ஃபேஸஸ் மற்றும் மாயாஜால் ஆகிய இரண்டு புத்தகங்களையும் எழுதியிருக்கிறார்.

ஏராளமான விருதுகளையும் பெற்றிருக்கிறார். இவரது புலனாய்வுகள் ‘குற்றப் பயிற்சி’ என்ற பெயரில் திரைப்படமாகவும் வெளிவர உள்ளது. இதில் ரஜனி பண்டிட்டின் பாத்திரத்தை ஏற்றிருப்பவர் திரிஷா!

மஹாராஷ்ட்ரா மநிலத்தின், ‘தானே’ மாவட்டத்தின் பால்கர்

என்ற ஊரில் 1962 ஆம் ஆண்டு பிறந்தவர் ரஜனி. சிறு வயதில் இருந்தே மர்மக் கதைகள் படிப்பதிலும் துப்பறியும் நாவலகள் வாசிப்பதிலும் இவருக்கு ஆர்வம அதிகம். இவரது தகப்பனார் ஷாந்தாராம் பண்டிட் உள்ளூர் காவல் துறையில் சப் இன்ஸ்பெக்டராகப் பணியாற்றியாவர்.

மும்பையின் ரூபரெல் கல்லூரியில் மராத்திய இலக்கியம் கற்றார் ரஜனி.

இவரது முதல் துப்பறியும் அனுபவமே வித்தியாசமானது. 1983ஆம் ஆண்டில் தமது சக வகுப்புத் தோழி ஒருவர் விலைமாது தொழிலில் ஈடுபடுவதாக சந்தேகித்த இவர், தோழியின் பெற்றோரிடம் தெரிவித்தார். மேலதிகமாகப் புகைப்பட ஆவணங்கள் உள்ளிட்டனவற்றையும் திரட்டி சக தோழியை ஆபத்தான படுகுழியில் இருந்து மீட்டார்.

ரஜினி பண்டிட்டின் தகப்பனாருக்கு ஆரம்பத்தில் மகளின் ‘துப்பறியும் தேர்வு’ உடன்பாடானதாக இருக்கவில்லை. ஆனாலும் தாயாரின் துணையிருந்ததால் நினைத்த துறையில் சாதிக்க ஆரம்பித்தார்.

கல்லூரிப் படிப்புக்குப் பிறகு ஒரு நிறுவனத்தில் குமாஸ்தாவாக ரஜனி பணியாற்றினார். அப்போது அவரது தோழி ஒருவரின் குடும்பத்திலிருந்து அடிக்கடி பணம் காணாமல் போய்க்கொண்டிருந்தது. மருமகள் மேல் சந்தேகம். ஆனால் சரியான ஆவணம் ஏதும் அகப்படவில்லை. ரஜனி அந்தக் குடும்பத்தினர் ஒவ்வொருவரின் தனிப்பட்ட வரவு செலவுகளையும் மறைமுகமாகக் கண்காணித்தார். இளைய மகன்தான் உண்மையான திருடன் என்பதைக் கண்டுபிடித்தார்.

இதுவே இவருக்கு வருமானம் ஈட்டிட்டித் தந்த முதல் வழக்கு. வழக்கில் பயன்பெற்ற குடும்பம் மேன்மேலும் துப்பறியும் நிகழ்வுகளில் ஈடுபடத் தூண்டியது.

துப்பறிவாளராக இருப்பதற்கு என்ன தகுதிகள் வேண்டும்? ரஜனி சொல்கிறார்: “தனிப்பட்ட தகுதிகள் எதுவும் தேவையில்லை; கூர்ந்த கவஹிப்பு, கடுமையான உழைப்பு, ஒவ்வொரு விஷயத்தையும் அடிவரை அலசும் ஆராயும் இயல்பு, மற்றும் தொழில் மீது மனப்பூர்வமான பக்தி ஆகியனவே வேண்டும்”!

இதன் அடிப்படையில் 1991ஆம் ஆண்டில், ‘ரஜனி பண்டிட் டிடக்டிவ் சர்வீஸஸ்’ என்ற நிறுவனத்தைத் துவக்கினார். 2010ஆம் ஆண்டில் மும்பை யில் மாஹிம் பகுதியில் அலுவலகம் ஒன்றையும்

தொடங்கினார். 30 துப்பறிவாளர்களை நியமித்தார். மாதம் ஒன்றுக்கு 20 வழக்குகளைக் கையாள்கிறார்.

பெண் என்ற ஒரே காரணத்துக்காக இவரது நிறுவனத்தின் விளம்பரத்தை ஒரு செய்தித்தாள் நிராகரித்த சம்பவமும் நடந்துள்ளது.

எப்படிப்பட்ட வழக்குகளைக் கையாள்கிறாராம்?

"குடும்பப் பிரச்னைகள், நிதி நிறுவனக் கையாடல்கள், ஆட்கடத்தல் மற்றும் கொலை" போன்றனதான் இவரிடம் அதிகம் வரும் உளநாட்டு மற்றும் வெளிநாட்டு வழக்குகளாம்! இதுவரை கிட்டத்தட்டா 80,000 வழக்குகளை ரஜனி வெற்றிகரகரமாகக் கையாண்டுள்ளார்.

வழக்குகளைத் தீர்ப்பதற்காக இவர் பல வேடங்களும் ஏற்றிருக்கிறார். வீட்டு வேலை செய்யும் பெண்ணாக, பார்வையற்றவராக நிறைமாத கர்ப்பிணியாக, வாய் பேச இயலாதவராக என இவர் ஏற்ற வேடங்கள் ஏராளாம்.

தற்போது பிற பெண்களுக்கும் துப்பறிவதில் பயிற்சியும் ரஜனி அளித்து வருகிறார்.

"பயம் என்பது எனது அகராதியில் இல்லை!" எனச் சொல்லும் ரஜனி பண்டிட் உண்மையில் ஒரு சாதனைச் சிகரம்தான்!

10

மேரி கோம்

குத்துச் சண்டை வீராங்கனை

சண்டை என்பதும், அதில் போட்டிகள் என்பதும் ஆண்களுக்கே உரித்தானவை என்பது ஒரு பொதுக் கருத்து. ஆனால் சண்டையில் - அதுவும் குத்துச் சண்டையில் - தனக்கெனத் தனியானதோர் இடம் பிடித்து சாதனைகளை நிகழ்த்திவருபவர் மேரி கோம் என்ற 37 வயதுப் பெண்மணி.

மணிப்பூரைச் சேர்ந்த கங்காதேய் பகுதி இவரது பூர்விகம். கரோங் ஆங்கோலர் கோம் என்பது இவரது கணவரின் பெயர்.

மேரி கோமின் குடும்பம் வறுமைப் பின்னணி கொண்டது. இவரது பெற்றோர் வயல்களில் வேலைசெய்யும் தொழிலாளர்கள். இவர்கள் மேரி கோமுக்கு வைத்த பெயர் சுங்நெய்ஜாங். பள்ளியில் பயிலும்போதே தடகள விளையாட்டுக்களிலும் குத்துச் சண்டையிலும் இவருக்கு ஆர்வம் ஏற்பட்டது.

மூன்று உடன்பிறப்புகளில் இவரே மூத்தவர். ஆரம்பத்தில் லோக்டாக் கிறிஸ்டியன் மாடல் உயர்நிலைப் பள்ளியிலும் பின்னர் செயின்ட் ஸேவியர் கத்தோலிக் பள்ளியிலும் பயின்றார்.

அந்தச் சமயத்தில்தான், 1998ஆம ஆண்டு பாங்காக் ஆஷியன் போட்டிகளில் பங்குபெற்று, டிங்கோ சிங் என்ற சக மணிப்பூர்வாசி ஒருவர் தங்கப் பதக்கம் வென்றுவந்திருந்தார். இதுவே தமக்கு குத்துச்சண்டைப் போட்டிகளில் கலந்துகொள்ளும் ஆர்வத்தைத் தூண்டியது என்கிறார் மேரி கோம்.

மெட்ரிகுலேஷன் தேர்வில் இவரால் தேர்ச்சியடையமுடியவில்லை. பின்னர் முயன்று சுராச்சண்ட்பூர் கல்லூரியில் சேர்ந்து பட்டதாரியானார்.

படிக்கும்போதே வாலிபால், கால்பந்தாட்டம் போன்ற அனைத்து விளையாட்டுக்களிலும் மேரி கோம் பங்கெடுப்பார்.

கே.கோஸானா என்பவரிடம் தமது குத்துச்சண்டைப் போட்டிகளுக்கான முதல் பயிற்சியினை ஆரம்பித்தார்.

தமது 15ஆவது வயதில் சொந்த ஊரைவிட்டு விலகி, தலைநகர் இம்ஃபாலில் இருக்கும் ஸ்போர்ட்ஸ் அகாடமியில் சேர முடிவெடுத்தார். அதன் பின்னர் மணிப்பூர் ஸ்டேட் பாக்ஸிங் கோச் எம்.நர்ஜித் சிங் என்பவரிடம் பயிற்சிபெற்றார்.

ஆரம்பத்தில் தமது பாக்ஸிங் அனுபவங்களையே தந்தையிடம் மறைத்துவிட்டார். காரணம் அவரது தந்தைக்கு, குத்துச்சண்டை மூலம் மகளின் முகம் காயப்பட்டுத் திருமணம் தடங்கலாகிவிடுமோ என்ற பயம்தான்! 2,000ஆம் ஆண்டில் கோமின் புகைப்படத்தை செய்தித்தாளில் பார்த்துத்தான் அவரது தந்தைக்கு விஷயம் தெரிந்ததாம். காலப்போக்கில் அவரும் கோமுக்கு ஆதரவு அளிக்கத் தொடங்கினார்.

திருமணத்துக்குப் பிறகு சிறிது காலம் பாக்ஸிங்குக்கு ஓய்வளித்த கோம், இரண்டு குழந்தைகள் பெற்ற பிறகு மீண்டும் கலமிறங்கி சாதனைகளைத் தொடர்கிறார். ஏராளமான பரிசுகளையும் விருதுகளையும் வாங்கிக் குவித்திருக்கிறார் மேரி கோம்.

கோம் விலங்கு உரிமை ஆர்வலராவார். இந்தியாவின் றிணிஜிகி வின் ஆதரவாளர் இவர். விலங்குகளை சர்க்கஸில் காட்சிப்பொருட்களாக்குவதை எதிர்த்துக் குரல் எழுப்புபவர்.

2016 ஆம் ஆண்டு, ஏப்ரல் மாதத்தில் இவர் நாடாளுமன்ற மாநிலங்களவை உறுப்பினராகவும் தேர்ந்தெடுக்கப்பட்டிருக்கிறார். பத்ம விபூஷன் (2020) பத்ம பூஷன் (2013) பத்ம ஸ்ரீ (2006) விருதுகள் இவருக்கு அளிக்கப்பட்டுள்ளன.

ஆறு முறை வோர்ல்ட் அமெச்சூர் பாக்ஸிங் சாம்பியனாகத் தேர்வான முதல் பெண் இவர்தான்! முதல் ஏழு வோர்ல்ட் சாம்பியன்ஷிப்புக்காக ஒவ்வொரு முறையும் தங்க மெடல் பெற்ற பெண் குத்துச்சண்டை வீரரும் இவரே! அது மட்டும் அல்ல... ஆண், பெண் குத்துச் சண்டை வீரர்களில் எட்டு வோர்ல்ட் சாம்பியன்ஷிப் மெடல்கள் பெற்றவர் இவர் மட்டுமே!

இவருக்கு ‘மேக்னிஃபிஸென்ட் மேரி’ என்ற செல்லப் பெயரும் உண்டு. 2012 சம்மர் ஒலிபிக்ஸுக்குத் தகுதிபெற்ற ஒரே இந்திய பெண் குத்துச் சண்டையாளரும் மேரி கோம்தான்! வெண்கலப் பதக்கம் பரிசும் பெற்றார். ‘உலகின் நம்பர் ஒன் லைட்-ஃப்ளைவெயிட் பெண்’

IND

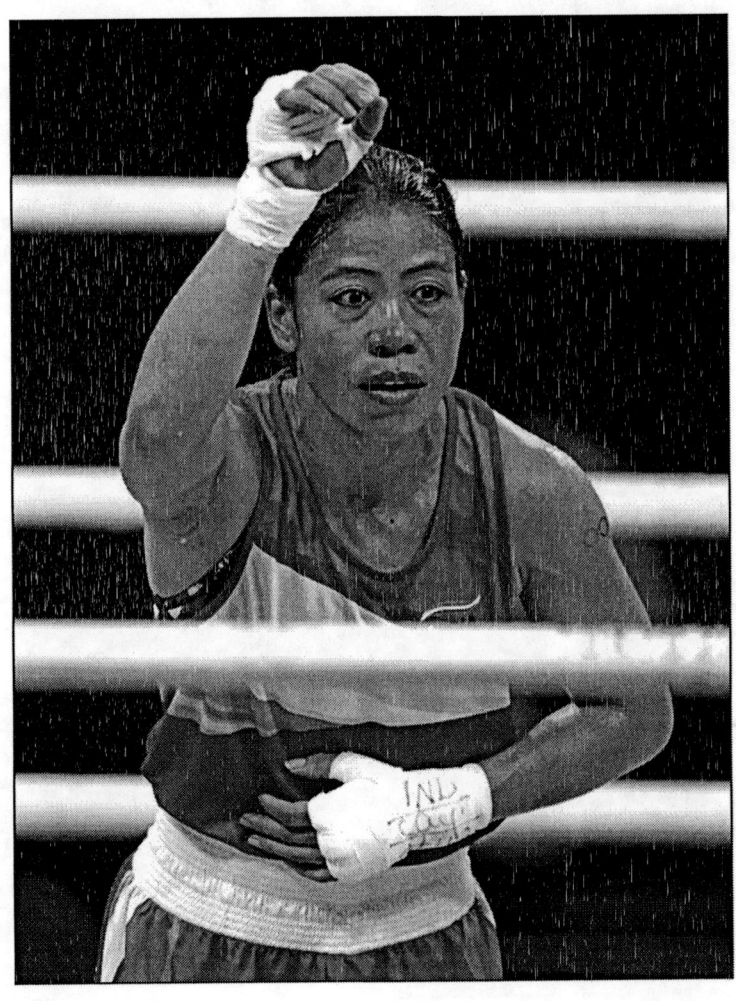

என்ற பெருமையும் இன்டர்னேஷனல் பாக்ஸிங் அஸோஸியேஷன் என்ற அமைப்பால் இவருக்கு வழங்கப்பட்டிருக்கிறது.

தென் கொரியாவில் நடைபெற்ற 2014 ஆஷியன் கேம்ஸ் குத்துச் சண்டைப் போட்டியிலும், 2018 காமன்வெல்த் போட்டியிலும் தங்கம் வென்ற முதல் பெண் பாக்ஸர் இவரே ஆவார்!

2017ஆம் ஆண்டு, இந்திய அரசின் இளைஞர் நலம் மற்றும் விளையாட்டு அமைச்சகத்தால், தேசிய அளவில் குத்துச்சண்டைப் போட்டிகளின் பார்வையாளராக நியமிக்கப்பட்டிருக்கிறார்.

மணிப்பூர் அரசு இவருக்கு, 'மீதோலி லெய்மா' என்ற பட்டம் கொடுத்து கௌரவித்திருக்கிறது. 'தனித்துவம் மிக்கவர்' என்பது இதன் பொருள். அதோடு ஒரு சாலைக்கும் அப்போதைய மணிப்பூர் முதல்வரால் இவரது பெயர் சூட்டப்பட்டிருக்கிறது.

சாதிக்கத் துணிந்துவிட்டால் அதற்கு முடிவேது?

11
பிரவீணா சாலமன்
சுடுகாட்டைச் சோலைவனமாக்கியவர்

ஆண்களே செய்யத் தயங்கும் வேலை என்பது மயானத்தில் வெட்டியானாகப் பணிபுரிவது என்பதாகும். அப்படிப்பட்ட மயானப் பணியை முதன்முதலாக ஏற்றிருக்கும் பெண்தான் பிரவீணா சாலமன்.

'பெண்கள் மிகவும் மென்மையானவர்கள்; அவர்களுக்கு இந்த வேலை ஒத்து வராது' என்று சிலரும், 'பேய் பிசாசுகள் எளிதில் பெண்களைப் பற்றிக்கொள்ளும்' என்று சிலரும் ஆரம்பத்தில் பிரவீணாவின் முயற்சிக்கு முட்டுக்கட்டை போட்டனர். இவரால் இந்தப் பணியைச் செய்ய முடியுமா எனப் பலரும் சந்தேகப்பட்டனர். வெட்டியானாகப் பணிபுரியும் ஆண்களில் பலரும் தங்கள் 'சாம்ராஜ்யத்தில்' பெண் ஒருவர் காலடி வைப்பதை விரும்பாமல் எதிர்ப்புத் தெரிவித்தனர். வீட்டிலும் முதலில் தயக்கம் இருந்ததென்னவோ உண்மை! ஆனால் பிரவீணாவின் மன உறுதிக்கு வழிட்டுக் குடும்பத்தினரும் ஆதரவு அளித்தனர்.

34 வயதாகும் பிரவீணா Indian Community Welfare Organisation (ICWO) என்ற தன்னார்வ நிறுவனத்தின் உறுப்பினராவார். 2014ஆம் ஆண்டு இந்த நிறுவனத்துக்கு சென்னை மாநகராட்சியில் இருக்கும் மயானங்கள் சிலவற்றைப் பராமரிக்கும் ஒப்பந்தம் கிடைத்திருக்கிறது. உறுப்பினர்களில் பிரவீணா மட்டுமே மயானப் பராமரிப்பை ஏற்க முன்வந்த ஒரே பெண்மணியாவார்.

அண்ணா நகரில் புது ஆவடி சாலையில் உள்ள வேலங்காடு மயானப் பொறுப்பை இவர் ஏற்றார்.

பிரவீணா சாலமனின் ஆரம்ப ஆறு மாதப் பணிக்காலம் சவால்கள் நிரம்பியதாகவே இருந்தது. வெறுப்பை உமிழ்ந்த உள்ளூர் மக்கள், ஒதுழைக்காத பணியாளர்கள் எல்லோரையும் சமாளிக்க வேண்டியிருந்தது. இறந்தவரின் உறவினர்களைச் சமாளிப்பதும் பெரும்பாடாகவே இருந்திருக்கிறது.

இவர் பணியை ஏற்பதற்கு முன்பு வரை, இலவசமாகச் செய்ய வேண்டிய சடங்குகளைச் மேற்கொள்வதற்கு, இறந்தவர்களின் உறவினர்களிடம் வெட்டியான்கள் பெரும் தொகையை லஞ்சமாப் பெறுவது வாடிக்கையாக இருந்துவந்திருந்தது. அந்த நடைமுறையை ஒழித்துக்கட்டினார் பிரவீணா.

4.5 ஏக்கர் பரப்பளவுள்ள வளாகம் இது. மயானத்துக்குப் பொறுப்பேற்கும்போது அங்கே குப்பையும் கூளமுமாக இருந்திருக்கிறது. அவற்றையெல்லாம் அகற்ற ஏற்பாடு செய்தார் பிரவீணா. காம்பவுண்டு சுவர் எழுப்பப்பட்டது; அதில் விழிப்புணர்வு வாசகங்கள் எழுதப்பட்டன; ஆங்காங்கே பூச்செடிகளும் மரக்கன்றுகளும் நடப்பட்டன; மீன் தொட்டிகள் உருவாக்கப்பட்டு, மீன் வளர்ப்பும் நடைபெற்றது; கழிவறைகள் முறையாக தினசரி தூய்மைப்படுத்தப்பட்டன; குப்பைத் தொட்டிகள் நிறுவப்பட்டன; மின்விளக்குகள் அமைக்கப்பட்டு இரவில் ஒளிர்ந்தன: வருகையாளர்கள் அமர்வதற்கு மஞ்சள் வண்ணத்தில் பெஞ்சுகள் போடப்பட்டன; அந்த வளாகத்தில் இலவச கீவீ-திவீ வசதியும் ஏற்படுத்தப்பட்டது. இதன் மூலம் இறுதிச் சடங்குகளுக்கு வரவியலாதவர்களுக்கு, சடங்குகளை உடனுக்குடன் காணும் வாய்ப்பும் கிடைத்தது. அமைதியும் பாதுகாப்பும் மிக்க இடமாக அந்த மயானத்தை மாற்றிக்காட்டினார் பிரவீணா சாலமன்.

பிபிஸிக்கு அளித்த நேர்காணலில் பிரவீணா சாலமன் இவ்விதம் கூறுகிறார்: “என் கணவர் என்னிடம், ‘உன்னால் இது முடியுமா? இது ஆண்களே செய்யும் தொழிலாயிற்றே?’ என்று கேட்டார். அதற்கு, ‘என்னால் முடியும் என்று நினைக்கிறேன். அப்படி முடியாவிட்டால் வேறு என்ன செய்வது என யோசிக்கலாம்’ என்று சொன்னேன்.”

இறுதிச் சடங்குகளின்போது நாளொன்றுக்கு சேகரமாகும் சுமார் 200 முதல் 250 கிலோ வரை எடையிலான பூக்களும் இலைகளும் உரமாக்கப்பட்டு மயானப் பூந்தோட்டத்துக்கு உரமாக்கப்பட்டன; அங்கே வளரும் மரங்களுக்கும் எருவாக்கப்பட்டன.

2015 வெள்ளத்தின்போது நாளொன்றுக்கு சராசரியாக 13 முதல் 14 வரை சடலங்களை மயானத்துக்குக் கொண்டுவந்திருக்கின்றனர். 8 மணி முதல் 6 மணி வரை மட்டுமே மயானப் பணி நேரம் என்றாலும் வெள்ள காலத்தில் 7 மணிக்கே பணியை ஆரம்பித்து, இரவு 8 மணி வரை உழைத்திருக்கின்றனர்.

Eastern
Bhoomik
the iconic w
in your life
Bhoomika
Bhoomika 2014

இதையெல்லாம் கண்ட உள்ளூர்வாசிகள் எதிர்ப்பையெல்லாம் கைவிட்டு ஆதரவுக்கரம் நீட்ட ஆரம்பித்தனர். மயானம் ஒரு 'பூங்கா' போல இருப்பதாக மகிழ்ச்சியுடன் இப்போது சொல்கிறார்கள்.

இவரது செயல்பாட்டால் உத்வேகம் அடைந்த திவ்யா ராஜு என்ற 28 வயது இளம்பெண் தற்போது மயானப் பணிகளில் இவருக்கு உதவியாளராக இருக்கிறார்.

இந்திய அரசின் பெண்கள் மற்றும் குழந்தைகள் நல்வாழ்வு அமைச்சகத்தால், 'First Ladies: Exceptional Women Who Transcended Barriers To Be The First In Their Fields' என்ற விருது இவருக்கு வழங்கப்பட்டிருக்கிறது.

டில்லியில் இவருக்கு இந்த விருதைக் குடியரசுத் தலைவர் ராம்நாத் கோவிந்த் வழங்கி கௌரவித்தார்.

இரண்டு குழந்தைகளுக்குத் தாயான பிரவீணா சாலமன் பற்றி ஒரு விஷயத்தைக் குறிப்பிட்டே ஆகவேண்டும். இவர் சென்னைப் பல்கலைக்கழகத்தில் ஆங்கில இலக்கியத்தில் இளநிலைப் பட்டம் பெற்றவர்!

12

பச்சேந்த்ரி பால்

எவரெஸ்ட் உச்சியை அடைந்த முதல் பெண்

மலையேற்றம் என்பது கடுமையான பயிற்சி மேற்கொள்பவர்களுக்கும், உடல் வலைமை மிக்கவர்களுக்கும் மட்டுமே சாத்தியம். எனவே பொதுவாக இந்தத் துறையில் சாகசம் புரிபவர்களும் சாதனை நிகழ்த்துபவர்களும் ஆண்களாகவே இருந்துவந்ததில் வியப்பில்லை. ஆனால் சவால் நிறைந்த மலையேற்றத்தில் ஈடுபட்ட ஒரு பெண் சாதனையும் நிகழ்த்திக்காண்பித்திருக்கிறார். அவர்தான் தனது 30ஆவது வயதில் சாதித்த பச்சேந்த்ரி பால் என்னும் பெண்மணி. அவருக்கு இப்போது வயது 66. எவரெஸ்ட் சிகரத்தின் உச்சியை அடைந்த முதல் இந்தியப் பெண் என்ற பெருமைக்குரியவர் இவர். இந்தச் சாதனைக்காக இந்திய அரசின் பத்மபூஷண் விருதை 2019ஆம் ஆண்டு பெற்றிருக்கிறார்.

பச்சேந்த்ரி பால் உத்தர்காண்ட் மாநிலத்தில் உள்ள உத்தர்காசி மாவட்டத்தில் இருக்கும் நாகுரி என்ற கிராமத்தில் 24.5.1954 பிறந்தவர். இந்திய - திபெத் எல்லையில் இந்தியாவில் இருந்து திபெத்துக்கு மளிகைப் பொருட்களை விற்றுவந்த ஸ்ரீ கிஷன் சிங் பால் என்பவர்தான் இவரது தந்தை.

பச்சேந்த்ரி பால் எம்.ஏ, மற்றும் பி.எட் பட்டங்களை டேராடூனில் இருக்கும் டி.ஏ.வி. போஸ்ட் கிராஜுவேட் கல்லூரியில் படித்துப்பெற்றார்.

தனது 12ஆவது வயதில், பள்ளிச் சுற்றுலா சென்ற இடத்தில் 13,123 அடி உயரம் கொண்ட சிகரம் ஒன்றில் தோழிகளுடன் ஏறியிருக்கிறார் பச்சேந்த்ரி. அப்போது தொற்றிக்கொண்டதுதான் மலையேறும் ஆர்வம்.

நேரு இன்ஸ்டிட்யூட் ஆஃப் மௌன்டனீரிங் என்ற மலையேற்றப் பயிற்சி அமைப்பில் சேர்ந்து, 121,888.77 அடி உயரமுள்ள கங்கோத்ரி மலைச் சிகரம் மற்றும் 19,091 அடி உயரம்கொண்ட ருத்ரகாரியா சிகரங்களில் ஏறிய முதல் பெண் என்னும் பெருமையைப் பெற்றார்.

அந்தச் சமயத்தில் நேஷனல் அட்வென்சர் ஃபவுண்டேஷன் என்ற அமைப்பில் பயிற்றுநராகச் சேர்ந்தார். அங்கே பெண்களுக்கு மலையேறும் பயிற்சியினை அளித்துவந்தார்.

பயிற்சி அளிக்கும் ஆசிரியையாக இருப்பதைவிட, எட்டாத சிகரங்களில் கால்பதித்து தொழில்முறை மலையேறும் வீராங்கனையாகவேண்டும் என்பதே இவரது லட்சியமாக இருந்தது. இதற்கு ஆரம்பத்தில் வீட்டில் பலத்த எதிர்ப்பு. ஆனாலும் விடாப்பிடியாகத் தனது குறிக்கோளை நிறைவேற்றிக்கொண்டார்.

ஆரம்பத்தில் பல சிறு சிகரங்களில் ஏறிய இவர், 1984ஆம் ஆண்டில் எவரெஸ்ட் மலைச் சிகரத்தில் ஏறும் குழுவொன்றில் இணைவதற்காகத் தேர்ந்தெடுக்கப்பட்டார். அந்தக் குழுவுக்கு 'எவரெஸ்ட் 84' என்று பெயர். அதில் 6 இந்தியப் பெண்களும் 11 ஆண்களும் இருந்தனர். அந்தக் குழுவின் லட்சியம் நேபாளத்தில் இருக்கும் எவரெஸ்ட் சிகரமான சாகர்மாதாவை அடையவேண்டும் என்பதுதான். அதற்காக நேபாளத்தில் இருக்கும் காத்மண்டுவுக்கு மார்ச் 1984ல் குழு சென்றது.

எவரெஸ்ட் மலைச் சிகரத்தைப் பார்த்த வினாடியை பச்சேந்த்ரி இவ்வாறு நினைவுகூர்கிறார்: "மலை மக்களாகிய நாங்கள் எப்போதும் மலையை வணங்குபவர்கள்... எனவே அந்தச் சமயத்தில் என்னுடைய உணர்வானது பக்திமயமாயிருந்தது."

எவரெஸ்ட் சிகரத்தை அடைவது அவ்வளவு எளிதாக இருக்கவில்லை. மலையேற்றத்தின் நடுவே ஒரு பெரும் பனிப்பாறை உருகி, இவர்கள் தங்கியிருந்த டென்டின் மீது மோதியது. அந்த விபத்து ஏற்படுத்திய காயங்களாலும், அயர்ச்சியினாலும் பாதிப் பேர் மலையேற்றத்தை இடையிலேயே கைவிட்டுத் திரும்பிவிட்டனர்.

அந்த விபத்தை நினைவுகூர்கிறார் பச்சேந்த்ரி. "அப்போது 24,000 அடி உயரத்தில் டென்ட் அடித்துத் தங்கியிருந்தோம். அது 1984ஆம் வருடம் மே மாதம் 15 மற்றும் 16 இரவு. திடீரென்று என் உடம்பு குலுங்கியது. ஏதோவொன்று என்மீது அதிரடியாக மோதியது. பயங்கரமான சத்தம் காதைத் துளைத்தது. அதி விரைவில் என் உடல் முழுக்க வெண்மையான பனி மூடியது."

அதன் பிறகு அந்தக் குழுவில் தொடர்ந்து மலையேறிய ஒரே பெண் பச்சேந்த்ரி பால்தான்! 26,000 அடி உயரத்தையும் தாண்டி, அந்தக் குழு மலையேறிக்கொண்டிருந்தது. கடுங் குளிர் காற்று

மணிக்கு 100 கி.மீ.வேகத்தில் வீசிக்கொண்டிருந்தது. வெப்பம் மைனஸ் 30 முதல் 40 டிகிரி செல்ஸியஸ் வரை நிலவியது. 23.05.1984 அன்று பிற்பகல் 1:07 மணிக்கு எவரெஸ்ட் சிகரத்தின் உச்சியை அந்த மலையேற்றக் குழு அடைந்தது. தன்னுடைய 30ஆவது பிறந்த தினத்துக்கு முந்தைய நாள் இந்தச் சாதனையை அவர் நிகழ்த்தியிருந்தார்.

அதன் பின்னர் மலையேற்றக் குழுவொன்றை அமைத்து, பலரும் சாகசங்கள் புரிய முன்மாதிரியாக இருந்தார்.

ஹரித்வாரில் இருந்து கொல்கத்தா வரையில் 2,155 கி.மீ. தூரத்தை 39 நாட்களில் ராஃப்டர் வகைப் படகு மூலம் கடந்திருக்கிறார். இந்தப் பயணத்தை "The Great Indian Women's Rafting Voyage - 1994" என்று குறிப்பிடுவார்கள்.

ஏராளமான விருதுகளை வாங்கிக் குவித்திருக்கும் பச்சேந்த்ரி ' 'Everest - My Journey to the Top' என்ற புத்தகத்தையும் எழுதியிருக்கிறார்.

இந்த மலையேற்ற வீராங்கனைக்கு சமூக சேவையிலும் நாட்டம் உண்டு. 2013 ஆம் ஆண்டு கோர தாண்டவம் ஆடிய வட கிழக்கு இந்தியப் பெருவெள்ளத்தின்போது, பாதிக்கப்பட்ட ஏராளமான இமய மலைக் கிராம மக்களுக்கு நிவாரணப் பணிகளைகளை முன்னின்று செய்திருக்கிறார் இந்த மலையேற்ற மங்கை!

13

ஸ்வேதா

நரிக் குறவர் சமுதாயத்தின் முதல் பொறியியல் பட்டதாரி

சாலையோரங்களில் தற்காலிகக் குடியிருப்புகளில் வசிக்கும் நரிக்குறவர் சமுதாயத்தினரைப் பல சமயம் கடந்து சென்றிருப்பீர்கள். ஒரு காலத்தில் காடுகளில் வேட்டையாடி மட்டுமே பிழைப்பை நடத்திய இனம் இது. வட இந்தியாவில் இருந்து புலம்பெயர்ந்து வந்த சமூகம்தான் இவர்களுடையது.

இவர்கள் பேசும் மொழி வாக்ரிபோலி. இது தமிழ், தெலுங்கு மற்றும் மராத்தி மொழிகளின் கலவை.

திருச்சி துவாக்குடி அருகில் உள்ள தேவராயனேரி என்ற பகுதியில் தமிழக அரசு கட்டிக்கொடுத்திருக்கும் குடியிருப்பில் வசிக்கும் ஸ்வேதா என்ற நரிக்குறவர் இனப் பெண்தான் இவர்களது சமூகத்திலேயே முதல் பொறியியல் பட்டதாரி என்னும் பெருமையைப் பெற்றுச் சாதித்துக் காட்டியிருக்கிறார்.

பள்ளிக்குள் அதிகமான அவமதிப்புகளை இவர் சந்திக்கவில்லை. ஆனால் பள்ளிக்குப் போய்வரும் வழியிலும், பேருந்துப் பயணங்களிலும் இவரது சமூகத்தின் பெயரைச் சொல்லிக் கிண்டல்கள் பலவற்றையும் எதிர்கொள்ள நேர்ந்தது.

கூடப் படிக்கும் சிலர்கூட, ‘குறத்தி’ என அழைத்துப் புண்படச்செய்திருக்கின்றனர். ஆரம்பத்தில் மிகவும் பயந்த சுபாவம் உடையவளாகவே இருந்திருக்கிறார். சிறு அவமதிப்புக்கூட இவரது கண்களில் கண்ணீரை வரவழைத்துவிட்டிருக்கிறது. சில சமயம் இந்த சமுதாயத்தில் பிறந்தது தப்போ என்றுகூட நினைத்திருக்கிறார். அப்போதெல்லாம் தன் தாயார் சொல்லும் அறிவுரைகளைத்தான் நினைத்துக்கொள்வாராம்.

பள்ளியில், ‘ஏய் நரி’ என்றும் ‘ஏய் குருவி’ என்றும்கூடச் சிலர் அழைத்திருக்கிறார்கள். “எனக்கு பெற்றோர், ஆசிரியர் துணை

இருந்தது. நிச்சயமாக நான் பிறந்திருக்கும் இந்த நரிக்குறவர் சமூகத்துக்கு என்னாலானவற்றைச் செய்வேன்" என்கிறார் ஸ்வேதா.

இவர்களது சமூகத்தில் பெண் குழந்தைப் பிறப்பு என்பது மிகவும் கொண்டாடப்படும் நிகழ்வு. முன்பெல்லாம் கிட்டத்தட்ட பதின்மூன்று வயதிலேயே பெண்களுக்குத் திருமணம் செய்துவைத்துவிடுவார்களாம். இவர்களது சமூகத்தை 'அழுக்கானவர்கள்' என்று தள்ளிவைப்பதில்கூட லேசாக இவர்களுக்கு ஒரு பெருமை உண்டு. அந்த விஷயமே இவர்கள் சமூகப் பெண்களுக்குப் பாதுகாப்பாகவும் அமைகிறதாம்!

நரிக்குறவர் சமூகத்தில் மணப் பெண்ணுக்கு மாப்பிள்ளைதான் டௌரி தரவேண்டும். குழந்தை பிறந்துவிட்டால் சமைப்பது, குழந்தையைக் குளிப்பாட்டுவது எல்லாம் கணவனுடைய வேலைதான்! பெண் அடிமை இல்லாத, விதவைகள் இல்லாத, வரதட்சணைக் கொடுமை இல்லாத சமூகம் இவர்களுடையது.

சரளமாக ஆங்கிலத்தில் உரையாடும் ஸ்வேதா, தனக்குப் பொறியியல் பட்டப் படிப்பு அவ்வளவு எளிதில் வசப்பட்டுவிடவில்லை என்கிறார். நரிக்குறவர் சமூகத்தில் ஆண்கள் வேட்டையாடுவதும், பெண்கள் பாசிமணிகளைக் கோர்த்து விற்பதும்தான் பிரதான தொழிலாக இருக்கிறது. கல்வியறிவிலும், பொருளாதாரத்திலும் மிகவும் பின்தங்கின சமூகம் இது. அவர்களது பழக்கவழக்கங்கள் அவர்களை விட்டு மற்றவர்களை ஒதுங்கிப்போகும்படியே செய்யும். நரிக்குறவர் இனத்தில் படிப்புக்கு முக்கியத்துவமே இருக்காது. ஆண் பிள்ளைகள்கூடப் பள்ளியிறுதிவரை படிப்பது அபூர்வமே. பெண் குழந்தைகளைப் பற்றிச் சொல்லவேண்டியதே இல்லை. அப்படிப்பட்ட மிகவும் பின்தங்கிய சமுதாயத்தின் முதல் பொறியியல் பட்டதாரி என்ற பெருமைக்குச் சொந்தக்காரர்தான் ஸ்வேதா என்னும் 22 வயது இளம்பெண்.

"எங்க சமுதாயம் ஒட்டு மொத்தமாக நான் படிக்கக்கூடாது என்று எதிர்த்தார்கள். அதையெல்லாம் மீறித்தான் என் பெற்றோர் என்னைப் படிக்க வைத்தார்கள். தனியார் பொறியியற் கல்லூரியில் ஒன்றில் கணினிப் பொறியியல் பிரிவில் பட்டதாரியாகி இருக்கிறேன். எனது படிப்புக்கு அண்ணாமலை ஐஏஎஸ் மிகுந்த உறுதுணையாக இருந்திருக்கிறார். என் தாயார் பள்ளியில் படிக்க ஏங்கியிருக்கிறார். ஆனால் அவருக்கு அந்த வாய்ப்பு மறுக்கப்பட்டிருக்கிறது. தனக்கு நேர்ந்த நிலை தனது பெண்ணுக்கு ஏற்படக்கூடாது என்பதில் அவர்

உறுதியாக இருந்திருக்கிறார். தனது கனவை நிறைவேற்றியும் இருக்கிறார்" என்கிறார் நெகிழ்ச்சியுடன் ஸ்வேதா.

இவரது தந்தை முற்போக்கு சிந்தனை உடையவர். 'நரிக்குறவர் எஜுகேஷனல் வெல்ஃபேர் சொசைட்டி' என்ற ஓர் அமைப்பை உருவாக்கி அவரது சமூகக் குழந்தைகளுக்குக் கல்வி புகட்டத் துவங்கினார். ஆரம்பத்தில் சுமார் 50 குழந்தைகள் தங்கிப் படிக்கும் அளவுக்கு இந்த சொஸைட்டி மூலம் ஏற்பாடு செய்தார். குழந்தைகளைப் படிக்கக் கொண்டுவருவதில் ஏகப்பட்ட சிரமம் இருந்திருக்கிறது. ஒவ்வொரு வீட்டுக்கும் சென்று குழந்தைகளை வலுக்கட்டாமயாக அழைத்து வந்து கல்வி புகட்டும் பணியைச் செய்திருக்கிறார். ஒன்று முதல் ஐந்தாம் வகுப்பு வரை இவரது பள்ளியில் தங்கிப் படித்த குழந்தைகள் பலர் இன்று தங்கள் படிப்பைத் தொடருகிறார்கள்.

பல்வேறு பணி வாய்ப்புகள் வந்தும் எதிலும் சேர நாட்டம் இல்லாமல், தமது நரிக்குறவர் சமுதாயத்தின் மேம்பாட்டுக்குத் தன்னாலானதைச் செய்யவேண்டும் என்ற உறுதியுடன் ஸ்வேதா இருக்கிறார்.

தனது பின்னணி பற்றி மனம் திறந்து இவர் ஆதங்கப்படுகிறார்: "எங்கள் சமூகத்தில் சேமிக்கும் பழக்கம் கிடையாது. ஒரு நாளைக்கு 500, 600 ரூபாய் சம்பாதித்தோமா, குவார்ட்டர் வாங்கினோமா, கணவன் மனைவி இருவரும் குடித்தோமா, அன்றைய பொழுதை மகிழ்ச்சியாகக் கழித்தோமா' என்பதுபோலத்தான் பலருடைய வாழ்க்கையும் இருக்கிறது. இந்த வாழ்க்கை முறையை மாற்றவேண்டும்; அனைவரும் கல்வி கற்கவேண்டும் அதற்கான விழிப்புணர்வை ஏற்படுத்தவேண்டும் என்பதே எனது லட்சியம்" என்கிறார் ஸ்வேதா சிரித்துக்கொண்டே. உங்கள் லட்சியம் நிறைவேற எமது மனப்பூர்வமான வாழ்த்துக்கள் ஸ்வேதா!

14

நீர்ஜா பனாட்

தன்னுயிர் கொடுத்துப் பிற உயிர் காத்தவர்

விமானப் பயணங்களின்போது விமானப் பணிப்பெண்களைப் பார்த்திருப்பீர்கள். பயணம் மேற்கொள்ளாதவர்களுக்கும் அவர்களைப்பற்றித் தெரிந்திருக்கும். பயணிகளை இன்முகத்தோடு வரவேற்பது, வழியனுப்புவது, பாதுகாப்பு ஏற்பாடுகளைப்பற்றி விளக்குவது, சிற்றுண்டி வழங்குவது போன்றவை மட்டுமே அவர்களது பொறுப்பு என்றும் நினைத்திருப்பீர்கள்.

பணிபெண்களிலேயே 'ஹெட் பர்சர்' (Head Purser) என்ற பதவி உண்டு. பயணிகளின் பாதுகாப்பை அனைத்து நிலைகளிலும் உறுதிசெய்வதே அவர்களின் முக்கியமான பணியாகும்.

விமானம் ஒன்று தீவிரவாதிகளால் கடத்தப்படும்போது, பல பயணிகளின் உயிரையும் காத்தவர் நீர்ஜா பனாட் என்ற ஹெட் பர்சர். மேலும் பயணிகளைக் காக்கும்போது தீவிரவாதிகளால் சுட்டுக்கொல்லப்பட்டார். இதற்காக இந்திய அரசின் மிக உயரிய விருதான 'அசோக் சக்ரா', இறப்புக்குப் பிறகு இவருக்கு அளிக்கப்பட்டது. இது தன்னலமற்ற வீரதீரச் செயலுக்காக வழங்கப்படும் மிக உயரிய விருதாகும். மிக இளம் வயதில் (23 வயதில்) இந்த உயரிய விருதினைப்பெற்றவர் என்னும் பெருமைக்கும், இந்த விருதைப் பெறும் முதல் பெண் என்னும் பெருமைக்கும் உரியவர் நீர்ஜா பனாட்.

சரி... அந்தத் தீவிரதவாதிகளின் தாக்குதல் எப்படி நடைபெற்றது?

பான் ஆம் ஃப்ளைட் 73 என்ற விமானத்தில் அப்போது நீர்ஜா பணியில் இருந்தார். 05.09.1986ஆம் தேதி அந்த விமானம் மும்பையில் இருந்து அமெரிக்காவுக்குச் செல்வதற்காகப் புறப்பட்டது. பாகிஸ்தானின் கராச்சி விமான நிலையத்தில் அது நின்றுகொண்டிருந்தபோது ஆயுதம் ஏந்திய 5 தீவிரவாதிகள் அந்த விமானத்தை ஹைஜாக் செய்தனர். அந்த விமானத்தில் மொத்தம் 380 பயணிகளும் 13

விமானப் பணியாளர்களும் இருந்தனர். தீவிரவாதிகள் விமானத்தை சைப்ரஸ் நாட்டுக்குச் செலுத்தச் சொன்னார்கள். சைப்ரஸில் இருக்கும் பாலஸ்தீனக் கைதிகளை விடுவிக்கவேண்டும் என்பதே அவர்களது கோரிக்கையாக இருந்தது.

தீவிரவாதிகள் விமானத்தில் நுழைந்ததுமே நீர்ஜா விமான ஓட்டிகள் இருக்கும் காக்பிட்டுக்குத் தகவல்தந்து எச்சரித்தார். அங்கிருந்த பைலட், கோ - பைலட் மற்றும் ஃப்ளைட் எஞ்சினீயர் மூவரும் காக்பிட்டின் மேலிருந்த திறப்பின் வழியாகத் தப்பினர். நீர்ஜா பனாட் விமானத்தின் உள்ளே இருந்த அனைத்துப் பயணிகளின் மொத்தப் பாதுகாப்புக்கும் பொறுப்பு ஏற்க நேரிட்டது.

அந்தத் தீவிரவாதிகள் லிபியாவின் ஆதரவோடு செயல்பட்டுவந்த அபு நிடல் ஆர்கனைசேஷன் என்ற பாலஸ்தீனத் தீவிரவாத அமைப்பைச் சேர்ந்தவர்கள். அவர்களது குறி அமெரிக்கர்கள்தான். விமானத்தைக் கைப்பற்றிய சில நிமிடங்களிலேயே ஓர் இந்திய-அமெரிக்கரைத் துப்பாக்கியால் சுட்டு, அவரது பிணத்தை விமானத்துக்கு வெளியே வீசினார்கள். அமெரிக்கர்களை இனம் காணுவதற்காகப் பயணிகள் அனைவரது பாஸ்போர்ட்களையும் சேகரிக்கும்படி நீரஜ் பனாட்டுக்குத் தீவிரவாதிகள் கட்டளையிட்டனர். நீரஜும் அவருக்குக் கீழ் பணிபுரிந்த பணிப்பெண்களும் மீதமிருந்த 43 அமெரிக்கர்களுடைய பாஸ்போர்ட்களையும் குப்பைத்தொட்டியில் இட்டும் இருக்கைகளுக்கு அடியில் வைத்தும் மறைந்துவைத்தனர்.

17 மணி நேரத்துக்குப் பிறகு, கமாண்டோ தாக்குதல் வந்துவிட்டதென்று அஞ்சிய தீவிரவாதிகள் சராமாரியாகத் துப்பாக்கியால் சுட ஆரம்பித்தனர். அப்போது விமானத்தின் கதவொன்றை நீரஜ் திறந்தார். அவர் நினைத்திருந்தால் அந்தக் கதவு வழியே குதித்து அவர் தப்பியிருக்கமுடியும். அவர் அப்படிச்செயவில்லை. மாறாக, பயணிகள் அந்தக் கதவு வழியே தப்பிப்பதற்கு உதவிக்கொண்டிருந்தார். மூன்று குழந்தைகளை அவர் காப்பாற்றிக்கொண்டிருக்கும்போது அவரது தலைமுடியைப் பிடித்து இழுத்து, நேருக்கு நேராக தீவிரவாதிகள் அவரைச் சுட்டுக்கொன்றார்கள்.

‘ஹீரோயின் ஆஃப் தி ஹைஜாக்கிங்’ என்று நீரஜ் சர்வதேச அளவில் பாராட்டப்பட்டார். இந்த தீரச் செயலுக்காகத்தான் அவருக்கு இந்திய அரசால் அசோக் சக்ரா விருது வழங்கப்பட்டது.

நீர்ஜா பிறந்தது சண்டிகர் நகரில்; வளர்ந்தது மும்பையில். இவரது

தந்தை ஹரீஷ் பனாட் ஒரு பத்திரிகையாளர். நீரஜாக்கு அகில் மற்றும் அனீஷ் என்று இரு சகோதரர்கள் உண்டு. மும்பையில் இருக்கும் செயின்ட் சேவியர் கல்லூரியில் பட்டப்படிப்பை முடித்தார் நீரஜ். மாடலிங் தொழிலில்தான் முதன்முதலில் இறங்கினார்.

பின்னர் பான் ஆம் விமான நிறுவனத்தில் விமானப் பணிப்பெண் பதவிக்கு விண்ணப்பித்தார். அதில் தேர்வானதும் அமெரிக்கவில் இருக்கும் மியாமியில் பயிற்சிபெற்றார். பர்செர் என்னும் பதவி கிடைத்தது.

அவரது இறப்புக்குப் பிறகு பல விருதுகள் அவருக்குக் கிடைத்தன. அமெரிக்க அரசும் பல விருதுகள் வழங்கியது. பாகிஸ்தானிய அரசு 'டம்கா-இ-பாகிஸ்தான்' என்ற விருதை வழங்கிக் கௌரவித்தது. பாகிஸ்தான் அரசால் மிக உயரிய மனித நேயப் பணிபுரிந்தோர்க்கு வழங்கப்படும் விருது இது.

2004ஆம் ஆண்டில் இந்திய தபால்துறை இவரது நினைவாக அஞ்சல்தலை ஒன்றை வெளியிட்டிருக்கிறது. இவரது தீரச் செயலைப் பின்புலமாக வைத்து, 2016ஆம் ஆண்டில் ராம் மத்வானி இயக்கி, சோனம் கபூர் நடித்த 'நீர்ஜா' என்ற திரைப்படம் வெளியானது.

15

அவானி சதுர்வேதி

சீறிப் பாயும் சிங்கப் பெண்
இந்தியாவின் முதல் ஜெட் ரகப் போர் விமான
ஒற்றைப் பெண் பைலட்

விமானம் என்றாலே அதில் பணிபுரியும் ஏர் ஹோஸ்டஸ்கள்தான் நினைவுக்கு வருவார்கள். ஆனால் விமானத்தை இயக்கும் பைலட்டுகளாக ஆண்களே பெரும்பாலும் இருப்பது வழக்கம். பெண் ஒருவர் விமான ஓட்டியாக இருப்பதே அசாதாரணமான விஷயம்தான். அப்படி இருக்கும்போது போர் விமானத்தை ஒற்றை ஆளாய் விண்ணில் ஓட்டி 'இந்தியாவின் முதல் ஜெட் ரகப் போர் விமான ஒற்றைப் பெண் பைலட்' என்ற பெருமையைப் பெற்றிருக்கிறார் அவானி சதுர்வேதி என்னும் 27 வயதுப் பெண்! இந்தப் பயணத்தை, குஜராத் மாநிலத்தில் உள்ள இந்திய விமானப் படையின் ஜாம்நகர் தளத்தில் இருந்து இவர் மேற்கொண்டார்.

இவர் ஓட்டும் விமானம் MiG-21 பைசன் ரகத்தைச் சேர்ந்தது. மணிக்கு 340 கி.மீ. வேகத்தில் தரையில் இருந்து எழும்பவும், தரையிறங்கவும் இந்த விமானத்தால் முடியும். இது உலகிலேயே மிக அதிகமான தரையிறங்கும்/மேலெழும்பும் வேகமாகும்.

விமானப் படையில் ஃப்ளைட் லெஃப்டினன்ட் பதவி வகிக்கும் இவர்,

மத்தியப் பிரதேசம் ரேவா மாவட்டத்தைச் சேர்ந்தவர். இவரே போர் விமானத்தை ஒற்றையாய் இயக்கிய முதல் பெண் பைலட் என அறிவிக்கப்பட்டுள்ளார். இவரைத் தொடர்ந்து மோஹனா சிங் ஜிட்டர்வால் மற்றும் பாவனாகாந்த் ஆகியோரும் பயிற்சி பெற்றுள்ளனர்.

அவானியின் தந்தை தினகர் சதுர்வேதி மத்தியப் பிரதேச அரசின் நீராதாரத் துறையில் மேற்பார்வைப் பொறியாளராகப் பணியாற்றுகிறார். தாயார் இல்லத்தரசி.

மத்தியப் பிரதேசத்தில் உள்ள ஷாடோல் மாவட்டத்தில் இருக்கும் டியோலோண்ட் என்ற என்ற சிறிய நகரத்தில் இவரது பள்ளிப் படிப்பு கழிந்தது. 2014ஆம் ஆண்டு ராஜஸ்தானில் உள்ள பனாஸ்தலி பல்கலைக்கழகத்தில் தொழில்நுட்ப இளங்கலைப் பட்டம் பெற்றார்.

பின்னர் 'ஏர்ஃபோர்ஸ் காமன் அட்மிஷன் டெஸ்ட் (AFCAT)' தேர்வில் வெற்றிபெற்றார். 'பின்னர் ஏர்ஃபோர்ஸ் செலக்ஷன் போர்ட் (AFSB)' அமைப்பால் பணிக்குப் பரிந்துரை செய்யப்பட்டார்.

இவரது பொழுதுபோக்குகள்? செஸ், மேசைப் பந்து விளையாடப் பிடிக்கும். ஓய்வு நேரங்களில் ஓவியம் தீட்டுவதிலும் விருப்பம் அதிகம்.

இவருக்கு இந்திய ராணுவத்தில் சேரவேண்டும் என்ற ஆர்வம் எப்படி ஏற்பட்டதாம்? இவருடைய அண்ணா இந்திய ராணுவத்தில் அதிகாரியாக இருக்கிறார். அவரைப் பார்த்துத் தானும் ராணுவத்தில் சேரும் ஆர்வம் இவருக்கு ஏற்பட்டிருக்கிறது. ஃப்ளையிங் கிளப்பில் சேர்ந்து சில மணிகள் வானில் பறந்த அனுபவங்களும் இவருக்கு உண்டு. இவையெல்லாம்தான் இந்திய விமானப் படையில் சேரும் உத்வேகத்தை இவருக்கு அளித்தன.

இவரது பயிற்சி, ஹைதராபாத் ஏர் ஃபோர்ஸ் அகாடமியில் துவங்கியது. தமது 25ஆவது வயதில் பயிற்சியை முடித்தார். ஓராண்டுப் பயிற்சிக்குப் பிறகு ஜூன், 2016ஆம் ஆண்டு போர் விமானப் பைலட்டாக ஆனார்.

அதன் பின்னர் கர்னாடகா மாநிலத்தில் இருக்கும் பிடர் என்ற இடத்தில் ஸ்டேஜ் மிமிமி பயிற்சியையும் வெற்றிகரமாக முடித்தார். சுஹோய் ஸு 30MKL மற்றும் தேஜஸ் ரக ஜெட் போர் விமானங்களை ஓட்டும் தகுதி கிடைத்தது.

பிரிட்டன், அமெரிக்கா, இஸ்ரேல் மற்றும் பாகிஸ்தான் போன்ற ஒரு சில நாடுகளே ஜெட் ரகப் போர் விமானப் பைலட்டுகளாகப் பெண்களை நியமித்திருக்கின்றன என்பது குறிப்பிடத்தக்கது.

2018ஆம ஆண்டு MiG-21 ரக போர் விமானத்தை ஓட்டிய இந்தியாவின் முதல் ஒற்றை பெண் பைலட் என்ற பெருமையும் கிடைத்தது. அதே ஆண்டு ஃப்ளைட் லெஃப்டினன்ட் ஆகப் பதவி உயர்வும்பெற்றார். அதன் பின்னர் இந்திய விமானப்படை 23 ஸ்க்வாட்ரன் பேந்தர்ஸில் ராஜஸ்தான் மாநில சூரத்கரில் பணியமர்த்தப்பட்டார்.

இந்த சாதனைப் பெண்ணுக்கு விருதுகளும் தேடிவந்தன. 20118ஆம் ஆண்டில் பனாஸ்தலி வித்யாபீட அமைப்பால், ‘டாக்டர்’ பட்டம் வழங்கி கௌரவிக்கப்பட்டார்.

2020ஆம் ஆண்டு மார்ச் மாதம் இந்தியக் குடியரசுத் தலைவர் ராம்னாத் கோவிந்த், ‘நாரி சக்தி புரஸ்கார்’ விருதினை அவானி சதுர்வேதிக்கு அளித்தார்.

சாதிப்பதற்கு ‘வானமே எல்லை’ என யார் சொன்னது? வானில் போர் ரக விமானத்தைத் தனியே ஓட்டும் பெண்ணுக்கு வானம்கூட எல்லை இல்லை!

16

முனைவர் பாரதி ஹேமந்த் லாவெகர்

பெண் சுகாதார முன்னோடி

“மங்கையராய்ப் பிறப்பதற்கே நல்ல மா தவம் செய்திடல் வேண்டுமம்மா” என்றார் கவிமணி. அந்தச் சிறப்பு மிகு பெண் பிறவிக்கே உரித்தான தனித்துவ அடையாளமும், தாய்மைக்கு வழியமைக்கும் சிறப்பம்சமும் ஒரு பெண் பூப்படைவதில்தான் இருக்கிறது.

ஆனால் ஒரு பெண் பூப்படைந்ததும் மாதாமாதம் அவள் எதிர்கொள்ளும் மாதவிடாய் நிகழ்வில்தான் எத்தனை சிக்கல்கள்! குறிப்பாக படிக்காத, பாமர எழைக் குடும்பத்தைச் சேர்ந்தவர்களுக்கு, நாப்கின்களுக்காகச் செலவை மேற்கொள்வதென்பது கூடுதல் சுமைதான்! முறையற்ற – சுகாதாரமற்ற – பல வழிகளையும் கையாண்டு, அதனால் பல நோய்த் தொற்றுகளுக்கும் அவர்கள் ஆளாவதென்னவோ உண்மை. இவர்கள் கையாளும் சுகாதாரமற்ற வழிமுறைகள் கர்ப்பப் பை புற்றுநோய் வரை இட்டுச்சென்றும் விடுகின்றன. நாட்டில் மாதவிடாய் சுழற்சியில் இருக்கும் பெண்களில் 85% சதவீதம் பேருக்கு தரமான நாப்கின்கள் உபயோகிக்க வசதியிருப்பதில்லை என ஓர் ஆய்வு தெரிவிக்கிறது. 27% பெண்களின் இறப்புக்குக் காரணம் கர்ப்பப் பை புற்றுநோய் எனவும் தெரியவருகிறது.

பிரத்தியேகமான இந்தப் பிரச்னைக்குத் தீர்வு காண விழைந்தார் முனைவர் பாரதி ஹேமந்த் லாவெகர். இந்தப் பெண்மணி, மும்பையின் வெர்சோவா தொகுதியின் (2014–2019) சட்ட உறுப்பினராவார். வறுமைக்கோட்டுக்குக் கீழே வசிக்கும் தினக்கூலிக் கிராமப் பெண்களால் நாப்கின்கள் வாங்கவியலாத பரிதாப நிலையைப் பற்றிப் பல முறை சட்டமன்றத்தில் பேசியிருக்கிறார்.

“இலைகளையும், கிழிந்த பழைய துணிகளையும், சில சமயம் பயன்படுத்தி வீசப்பட்ட நாப்கின்களையுமே தாங்கள் பயன்படுத்துவதாகச் சில பெணக்ள் என்னிடம் தெரிவித்தபோது நான் அதிர்ந்து போனேன்.

என்னை மிகவும் பாதித்தது இது" என்கிறார் பாரதி லாவெகர்.

இவர் அரசியல் அறிவியலில் முதுகலைப் பட்டமும், இதழியலில் இளங்களைப் பட்டமும், எம்.ஃபில்லும், பிஹெச்.டி பட்டமும் பெற்றிருக்கிறார். 25 ஆண்டுகளுக்கும் மேலாக பொதுச் சேவையில் ஈடுபட்டுவருகிறார்.

2009 ஆம் ஆண்டு, ஜிணிணி ஃபவுண்டேஷன் என்ற தொண்டு நிறுவனம் ஒன்றை லாவெகர் ஏற்படுத்தி, பெண்குழந்தை எனத் தெரியவரும்போது கருக்கலைப்பு செய்து அதை அழிப்பதுகூடாது எனவும், பெண்களின் சுகாதாரம் மற்றும் கல்வி ஆகியவன தொடர்பாகவும் விழிப்புணர்ச்சிக்காகக் குரல்கொடுத்துவருகிறார்.

2011ஆம் ஆண்டு, ஷிரூர் தாலுகாவில் 120 கிராமங்களை பாரதி தத்தெடுத்தார். பெண் குழந்தை எனத் தெரியவரும்போது கருக்கலைப்பு செய்வதைத் தடுக்கும் விதமாக 15.8.2011க்குப் பிறகு பிறக்கும் ஒவ்வொரு பெண் குழந்தையின் கணக்கிலும் ரூபாய் 5,000- டெபாசிட் செய்யும் திட்டத்தை அமல்படுத்தினார். இது பெரும் பலனளித்தது.

இவர் நாப்கின் பேங்க் என்ற அமைப்பை 28.5.2017 அன்று ஏற்படுத்தி வெற்றிகரமாக நடத்திவருகிறார். அன்றைய தினம் உலக மாதவிடாய் சுகாதார தினமாக அனுசரிக்கப்படுவது குறிப்பிடத்தக்கது.

"நன்கொடையாளர்கள் பணமாகவோ அல்லது நாப்கின்களாகவோ இந்த வங்கிக்கு அளிக்கலாம். 10 எண்ணிக்கை கொண்ட நாப்கின் பாக்கெட்டின் விலை ரூபாய் ஏழு மட்டுமே! உரியவர்களுக்கு அவை அனுப்பிவைக்கப்படும்" என்கிறார் பாரதி.

இந்த வங்கியில் பதிவுசெய்துகொண்ட பெண்களுக்கு, மாதம் ஒன்றுக்கு 10 நாப்கின்கள் இலவசமாக அளிக்கப்படும். ஃபேஸ்புக் மற்றும் தொலைபேசி அழைப்பு ஆகியவற்றின் மூலமும் பதிவுசெய்துகொள்ளலாம்.

"பயன்படுத்தப்பட்ட நாப்கின்கள் முறையாக அழிக்கப்படாவிட்டால் அதுவும் மிகுந்த சிக்கல்களை ஏற்படுத்திவிடும். சுகாதாரப் பணியாளர்களுக்கு நோய்த்தொற்றுகளை இது ஏற்படுத்தும்; கழிவுகளைல் புழங்கும் பறவைகள் மற்றும் மிருகங்களுக்கும் பெரும் பாதிப்புகளை ஏற்படுத்தும்" என்கிறார் பாரதி. அதனால் பள்ளிகளிலும், பொதுக் கழிவறைகளிலும் நாப்கின்களை வழங்கும் எந்திரங்கள் மற்றும் பயன்படுத்திய நாப்கின்களை முறையாக அழிக்கும் எந்திரங்கள்

ஆகியவற்றை அமைப்பதில் தீவிர முனைப்புடன் பாரதி செயல்பட்டுவருகிறார்.

இவர் 'Aapli Molkarin' என்ற தன்னார்வ நிறுவனத்தின் தலைவராகவும், 'Marathwada Lok Vikas Manch' என்ற அமைப்பின் பொதுச் செயலாளராகவும் பொறுப்பு வகிக்கிறார்.

இவரது சாதனைகளைப் பாராட்டி, சமூக சேவைக்கான Ahilyabai Holkar விருது (2000-2001) மஹாராஷ்ட்ரா அரசால் வழங்கப்பட்டிருக்கிறது. ஏஷியன் இன்ஸ்டிட்யூட் ஆஃப் ஹ்யூமன் ரிசோர்ஸஸ் அண்ட் டெவலப்மென்ட் அமைப்பால் 2005 ஆண்டுக்கான 'Maharashtra Ratna' விருது இவரது பொதுச் சேவைகளைப் பாராட்டி அளிக்கப்பட்டிருக்கிறது.2005ஆம் ஆண்டில் Maitrin' Monthly விருது மற்றும்வி Maltibai Tendulkar விருது ஆகியன அளிக்கப்பட்டிருக்கின்றன.

சட்ட மன்ற உறுப்பினர்களுக்கு முன்னோடியாகத் திகழும் டாக்டர் பாரதி ஹேமந்த் லெவெகருக்கு ஒரு சபாஷ்!

17

ஹர்ஷினி கன்ஹேகர்

இந்தியாவின் முதல் தீயணைப்பு வீராங்கனை

2006 ஆம் ஆண்டில் நாக்பூரில் இருக்கும் நேஷனல் ஃபையர் சர்வீஸ் காலேஜில் (NFSC) ஹர்ஷினி கன்ஹேகர் முதல் பெண் பட்டதாரியானார். அப்போது அவருக்கு வயது 26. அதன் மூலம் இந்தியாவின் முதல் தீயணைப்பு வீராங்கனை என்ற பெருமையையும் பெற்றார்.

மஹாராஷ்ட்ரா மாநிலத்தில் இருக்கும் நாக்பூர்தான் ஹர்ஷினியின் சொந்த ஊர். லேடி அம்ரிதாபாய் டாகா கல்லூரியில் பி.எஸ்ஸி. பட்டம் பெற்றார். கல்லூரி நாட்களில் என்சிசியில் சேந்திருக்கிறார். ஃபையர் எஞ்சினீரிங் கோர்ஸில் சேர மனுச்செய்திருக்கிறார். நாக்பூரில் இருக்கும் நேஷனல் ஃபையர் சர்வீஸ் கல்லூரியின் முதல் பெண் மாணாக்கர் இவரே!

இதற்கான நுழைவுத் தேர்வை யூனியன் பப்ளிக் சவீஸ் கமிஷன் போன்றதொரு அமைப்பு நடத்தியது. மனுச் செய்யும்போதிலிருந்தே இவரை மனச்சோர்வடையச் செய்யும் விதமான அணுகுமுறையையே பலரும் கடைப்பிடித்தனர். “இது முழுக்க முழுக்க ஆண்களுக்கான துறை. இதற்கு ஏம்மா மனுச் செய்கிறாய்?” என்பதே பலரும் கேட்ட முதல் கேள்வி.

இரண்டாவது சுற்று மெடிக்கல் டெஸ்ட். அதைச் செய்த மருத்துவர்கள், “என்னம்மா பெண்ணே! இது ரொம்பக் கஷ்டமான வேலையாச்சே! உன்னால தாக்குப்பிடிக்க முடியுமா?” என்று கேட்டிருக்கிறார்கள். அடுத்து நடந்த நேர்முகத் தேர்விலும் இதேபோல் விமர்சனங்களை ஹர்ஷினி எதிர்கொள்ள நேரிட்டது.

NFSC (National Fire Service College) யில் பயிற்சி பெற இவருக்கு அனுமதி கிடைத்து, இவர் கல்லூரியில் காலடி வைத்ததும் பலரது விழிகளும் ஆச்சரியத்தில் விரிந்தன.

ஐந்தாண்டுகள் பெண்களுக்கான கல்லூரியில் படித்து முடித்த அவர் தற்போது சேர்ந்திருப்பதோ முழுக்க முழுக்க ஆண்கள் படிக்கும் கல்லூரியில். ஏழு செமஸ்டர்கள் கொண்டதும், தங்கிப் படிக்கவேண்டியதுமான (*residential*) பயிற்சி அது. வகுப்புகள் முடிந்ததும் இவர் தமது வீட்டுக்குச் செல்ல உள்துறை அமைச்சகம் சிறப்பு அனுமதி அளித்திருந்தது.

பயிற்சியின்போது ஒருபோதும் நான் தாமதமாகப் போனதில்லை. கடுமையான ட்ரில்கள் மற்றும் அணிவகுப்புகளின்போது பலவீனப்பட்டவளாக நான் ஒருபோதும் இருந்ததே இல்லை. பயிற்சியின் போது நான் ஒரு பரிசோதனை எலி போலவே உணர்ந்தேன். காரணம் எனக்குப் பின்னால் இந்தத் துறைக்கு வரும் பெண்களை எனது நடவடிக்கைகளைக்கொண்டே அளப்பார்கள் என்று எனக்குத் தெரியும்." எனத் தனது பயிற்சி காலத்தைப் புன்சிரிப்புடன் நினைவுகூர்கிறார் ஹர்ஷினி கன்ஹேகர்.

மிகப் பெரிய நீர்க் குழாய்களையும் உறுஞ்சும் குழாய்களையும் சுமப்பது, மாதிரி தீயணைப்பு நிகழ்ச்சிகளில் கலந்துகொள்வது போன்ற பயிற்சிகால நிகழ்வுகள், ஆண்களுக்கே சவால்விடுவனவாக அமைந்திருந்தன. அவற்றையெல்லாம் நெஞ்சுரத்துடன் எதிர்கொண்டிருக்கிறார் ஹர்ஷினி. பயிற்சிக்கு முன்னரே ஸ்டோர் ரூமுக்குச் சென்று பல தடவை ரிஹர்சல் பார்த்துவிடுவது அவரது வழக்கம். எனவே பயிற்சியின்போது அவற்றை அனாயசியமாகக் கடந்துவந்திருக்கிறார்.

இவருக்கு ரோல் மாடலாக இருந்தது யாராம்?

ஹர்ஷினி சொல்கிறார்: "நான் என்சிசியில் இருந்தபோது, இந்திய விமானப் படையின் முதல் பெண் பைலட்டாக இருந்த ஷிவானி குல்கர்னி எழுதிய கட்டுரை ஒன்றைப் படிக்க நேரிட்டது. அது எனக்குத் தூண்டுகோலாக அமைந்தது. என்சிசியில் அலுவலர்கள் பெருமையோடு தங்கள் சீருடையை அணிவதைப் பார்த்தேன். அதுவும் எனக்கு உற்சாகத்தைக் கொடுத்தது.

சில கடுமையான தருணங்களை தீரத்துடன் வெற்றிபெற்றதைச் சொல்கிறார்: "ஒரு தீபாவளியின்போது டெல்லி சாஸ்திரி நகரில் இருக்கும் காலணித் தொழிற்சாலை ஒன்றில் பற்றியெறியும் ராக்கெட் புகுந்து பெருத்த தீ விபத்தை ஏற்படுத்திவிட்டது. கட்டிடமே தீயின் வெப்பத்தில் விரிசல் விடத் தொடங்கிவிட்டது. உயிரைப் பணயம்

सरकार
9246

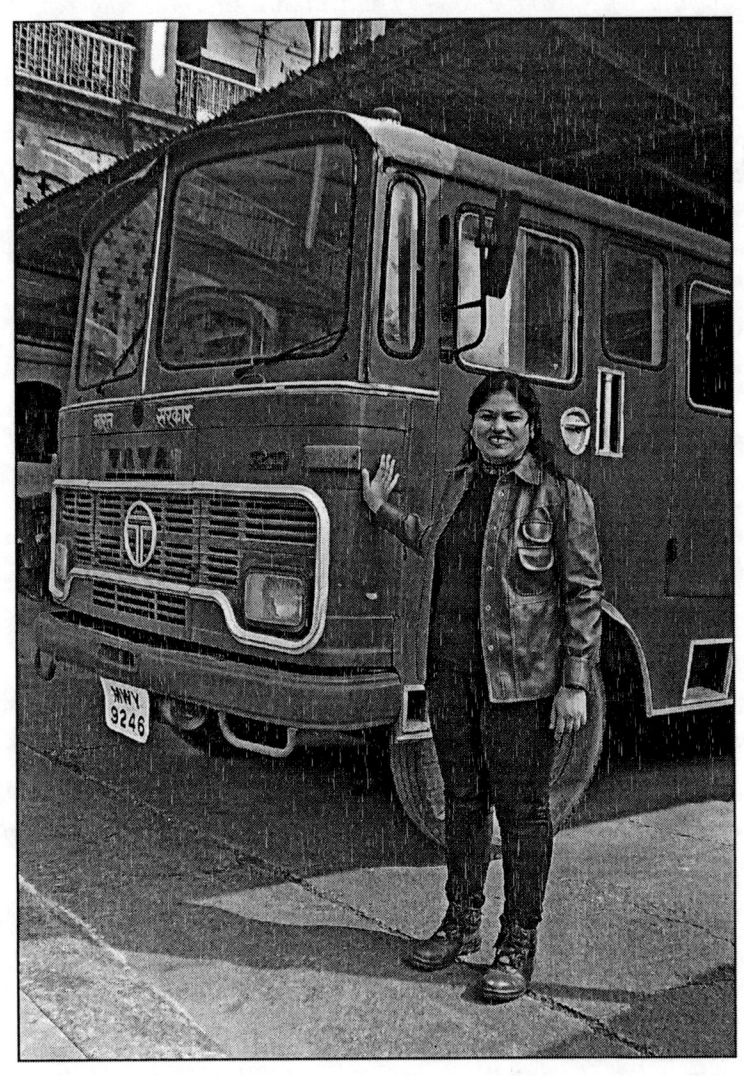

வைத்து நள்ளிரவில் இருந்து அதிகாலை 6 மணிவரை போராடித் தீயை அணைத்தோம்."

இவர் 2006ஆம் ஆண்டு குஜராத்தில் இருக்கும் மேஹ்ஸானா தீயணைப்பு நிலையத்தில் சேர்ந்தார். எண்ணெய்க்கிணறுகள் நிரம்பிய பகுதி இது.

2010ஆம் ஆண்டு மும்பை ட்ரில்லிங் சர்வீஸஸ் பணிக்கு இடமாற்றம் செய்யப்பட்டார். அவருக்கு முன்பு வரை எந்த ஒரு பெண்ணுக்கும் ரிக்குகளை இயக்கும் பணி அளிக்கப்பட்டதில்லை. ஹெலிகாப்டரில் அமர்ந்து பணிகளை ஆய்வுசெய்து, முறையாக வழிநடத்தி, முழுப் பொறுப்பையும் ஏற்கும் பணி அது. அதனையும் திறம்படச் செய்திருக்கிறார் ஹர்ஷினி.

மோட்டார் சைக்கிள் ஓட்டுவதில் விருப்பம்கொண்ட இவர் திருமணம்செய்திருப்பது ஒரு மோட்டார்சைக்கிள் வீரரைத்தான். திருமணம் நடந்தது ஒரு கிறிஸ்துமஸ் பண்டிகையின்போது. "கூடுதல் விடுப்பு எடுக்க வேண்டிய அவசியம் இல்லாமல் போயிற்று" என்கிறார் சிரிப்புடன்.

வாகனங்கள் செல்லக்கூடிய உலகின் மிக உயரமான சாலையான லே லடாக் கார்டங் லா பாஸ் முதல் கார்கில் வரையான சாலையில் மோட்டார் சைக்கிளில் பயணம் செய்து சாஹஸம் புரிந்திருக்கிறார்.

NITI Aayog's Women Transforming India மற்றும் 'First Ladies' ஆகிய விருதுகளை இவர்பெற்றிருக்கிறார். பள்ளியில் படிக்கும் காலத்தில் படிப்பில் இவர் சுமார் ரகம்தான். ஆனால் பல போட்டிகளிலும் கலந்துகொண்டு வெற்றிகள் பலவும் பெற்றிருக்கிறார் ஹர்ஷினி.

ஒரு நேர்காணலில் இளம்பெண்களுக்குப் பின்வருமாறு அறிவுரை சொல்கிறார் ஹர்ஷினி கன்ஹேகர்.

"எந்த ஒரு தொழிலுமே ஆணுக்கு மட்டுமேயானது அல்ல; உதாரணமாக ஒரு மோட்டார்சைக்கிளுக்குத் தன்னை ஓட்டுவது ஆணா பெண்ணா எனத் தெரியாது. எனவே ஆண்களுக்கு மட்டுமேயான தொழில் என்பது ஒரு மாயை. உங்களுக்கு ஒரு பணி விருப்பமானது என்றால் அதைச் செய்யுங்கள். வாழ்வது ஒரு முறைதான்; அதில் தயக்கம் வேண்டாம். கனவுகளைத் துரத்துவதோடு நின்றுவிடாதீர்கள்!"

18

சிந்துடாய் சப்கல்

அனாதைகளின் தாய்

ஒரு காலத்தில் பாட்டுப் பாடி, பிச்சையெடுத்து வாழ்ந்துவந்த ஒரு பெண்மணிக்கு 500க்கும் மேற்பட்ட விருதுகள் கிடைத்திருக்கின்றன என்றால் ஆச்சரியமாகத்தானே இருக்கிறது? சமூக சேவைக்காக 2021ஆம் ஆண்டில் கிடைத்த பத்மஸ்ரீ விருதும் அவருக்குப் பெருமை சேர்த்திருக்கிறது. அந்தப் பெண்மணிதான் சிந்துடாய் சப்கல். தற்போது இவருக்கு வயது 72. இவருக்கு இன்னொரு பெயரும் இருக்கிறது. அதுதான், 'அனாதைகளின் தாய்!'

ஒரு பெண் குழந்தை, மற்றும் மூன்று ஆண் குழந்தைகளுக்குத் தாயான இவர் பராமரிக்கும் ஆதரவற்ற குழந்தைகளின் எண்ணிக்கை 1,050க்கும் அதிகம்!

'மாயி' (அம்மா) என்று அன்போடு அழைக்கப்படும் சப்கலுக்கு, 2106 ஆம் ஆண்டில் DY Patil Institute of Technology and Research நிறுவனம் கௌரவ டாக்டர் பட்டம் வழங்கிப் பெருமைப்படுத்தியிருக்கிறது. 2017ல் நாரி சக்தி புரஸ்கார் விருதும் கிடைத்திருக்கிறது. அன்னை தெரசா விருது, ரியல் ஹீரோஸ் அவார்ட் போன்ற பல விருதுகள் இவரைத் தேடி வந்திருக்கின்றன. இவை தவிர 500க்கும் மேற்பட்ட விருதுகள் இவரைப் பெருமைப் படுத்தியிருக்கின்றன.

மஹாராஷ்ட்ரா மாநில வார்தா மாவட்டத்தில் பிம்ப்ரி மாகே என்ற கிராமத்தில் இருக்கும் கால்நடை மேய்த்துப் பிழைக்கும் குடும்பம் ஒன்றில் சப்கல் பிறந்தார்.

இவரது பிறப்பே வேண்டாத ஒன்றாக இவரது குடும்பத்தினருக்கு இருந்திருக்கிறது. அதனால் 'சிந்தி' என அழைக்கப்பட்டார். மராத்தி மொழியில் சிந்தி என்றால் 'கிழிந்த துணி' என்று அர்த்தம்.

ஆரம்பப் பள்ளிக்குச் சென்ற சப்கலுக்கு ஸ்லேட் வாங்கக்கூடக் காசில்லை. பராடி என்ற மரத்தின் இலைகளை ஸ்லேட்டுக்குப்

பதிலாக உபயோகித்தார். நான்காம் வகுப்பு வரை மட்டுமே இவரால் படிக்க முடிந்தது. தமது பன்னிரண்டாம் வயதில் தன்னைவிட இருபது வயது மூத்த நபர் ஒருவருக்குத் திருமணம் செய்துவைக்கப்பட்டார். தனக்கு இருபது வயதாவதற்கு முன்னமே மூன்று ஆண் குழந்தைகளுக்குத் தாயானார்.

மீண்டும் ஒன்பது மாத கர்ப்பிணியாக இருக்கும்போது கணவனால் வயிற்றில் எட்டி உதைக்கப்பட்டு, வீட்டை விட்டுத் துரத்தப்பட்டார். அரை மயக்க நிலையில் மாட்டுத் தொழுவம் ஒன்றில் பெண் குழந்தை ஒன்றைப் பெற்றெடுத்தார்.

தாய் வீட்டிலும் இவரை ஏற்றுக்கொள்ளவில்லை. சிந்துடாய் சப்கலுக்கு ஓரளவு பாட வரும். தெருக்களிலும், ரயில்வே பிளாட்ஃபாரங்களிலும் பாடிப் பிச்சையெடுத்து வாழ ஆரம்பித்தார். பாதுகாப்பைக் கருதி இரவு நேரங்களில் சுடுகாட்டில் தங்கிக்கொள்வார். இதனால் உள்ளூர் மக்கள் இவரைப் பேய் எனவும் அழைத்தனர். இறுதிச் சடங்குகளில் இரைக்கப்பட்ட தானியங்களைப் பொடி செய்து மாவாக்கி, அதில் ரொட்டி செய்து எரிந்துகொண்டிருக்கும் சிதையில் அதைச் சுட்டுத் தின்னும் அவல நிலைக்குத் தள்ளப்பட்டார்.

தன்னுடைய பெண் குழந்தை மம்தாவை, ஶ்ரீமன் டாகாடுசேத் ஹால்வாய் ட்ரஸ்ட் என்னும் அனாதைப் பராமரிப்பு விடுதியில் விட்டுவிட்டார்.

இந்த நிலையில்தான் பெற்றோரால் கைவிடப்பட்ட அனாதைக் குழந்தைகள் பலரும் இருப்பதை அறிந்தார். அவர்களுக்கும் உணவளிக்க வேண்டிக் கடுமையாகப் பிச்சையெடுக்க ஆரம்பித்தார்.

கிடைத்த பணம் நன்கொடைகளைக் கொண்டு அனாதை இல்லங்களை உருவாக்கினார். தன்னுடைய வாழ்க்கையையே அனாதைகளைப் பராமரிக்க அர்ப்பணித்தார். 1050க்கும் மேற்பட்ட அனாதைக் குழந்தைகளுக்கு இவர் அடைக்கலம் கொடுத்தார். விருதுப் பணத்தில் நிலம் வாங்கி, மேன்மேலும் அனாதைப் பராமரிப்புப் பணிகளை விரிவுபடுத்திவருகிறார் சப்கல்.

சாதாரணமாக அனாதை இல்லங்களில் வளரும் குழந்தைகளைக் குறிப்பிட்ட வயதுக்கு மேல் பராமரிக்கமாட்டார்கள். ஆனால் தான் பராமரிக்கும் குழந்தைகள் தமது சொந்தக் காலில் நிற்கும் வரை சப்கல் ஆதரவு அளிப்பார். வேலை கிடைக்கும் வரை அல்லது

பெண் குழந்தைகள் என்றால் திருமணம் ஆகும் வரை பராமரிப்பார். இவரால் வளர்க்கப்பட்ட பலர் வழக்கறிஞர்களாக, மருத்துவர்களாக, முனைவர்களாக, விரிவுரையாளர்களாக இருக்கின்றனர். சிலர் தாங்களும் பராமரிப்பு இல்லங்களை உருவாக்கி நிர்வகித்துவருகின்றனர். இவரது இல்லத்தில் 8 நாட்களே ஆன பச்சிளம் குழந்தையில் இருந்து 80 வயது முதியோர் வரை இருக்கின்றனர். எட்டுக்கும் மேற்பட்ட இடங்களில் அனாதை இல்லங்களை நிறுவிப் பேணுகிறார் சப்கல்.

எழுபது வயதாகும்போது சப்கலின் கணவர் மனம் திருந்தி இவரிடமே தஞ்சம் புகுந்திருக்கிறார். அவரையும் ஏற்றுக்கொண்ட சப்கல், கணவரைத் தனது 'மூத்த குழந்தை' என்று சொல்கிறார்.

இவரது இல்லங்கள் பலவற்றில் கணினி அறை, கலை நிகழ்ச்சிகள் நடக்கும் அளவுக்குப் பெரிய ஹால், சூரிய ஒளியில் இருந்து மின்சாரம் பெறும் தொழில்நுட்பம், குடிநீர் சுத்திகரிப்புக் கருவி, நூலகம், வாசிக்கும் அறை போன்ற வசதிகள் பலவும் இருக்கின்றன. விடுதிகளில் இருக்கும் குழந்தைகளுக்குத் தங்க நல்ல இடம், உணவு, உடை, கல்வி மற்றும் மறுவாழ்வு ஆகியன தொடர்ந்து கிடைக்கின்றன.

சிந்துடாய் சப்கலின் வாழ்க்கை வரலாற்றை அடிப்படையாகக்கொண்டு மராத்தி மொழியில், *Mee Sindhutai Sapkal* என்ற திரைப்படம் 2010ஆம் ஆண்டில் வெளியானது. இந்தத் திரைப்படம் 54வது லண்டன் திரைப்பட விழாவில் திரையிடத் தேர்வானது.

சிந்துடாய் சப்கலுக்கு ஒரு ராயல் சல்யூட்!

19

ராதிகா மேனன்

(வீர தீரச் செயல்களுக்காக மிவிளி விருது பெற்ற முதல் பெண்)

ராதிகா மேனன் என்ற பெண்மணி இந்தியாவின் முதல் மெர்சன்ட் நேவி கேப்டன் என்ற பெருமைக்குரியவராவார். 2106ஆம் ஆண்டு, இன்டர்னேஷனல் மாரிடைம் ஆர்கனைசேஷன்(IMO) என்ற அமைப்பால் அளிக்கப்படும் வீர தீரச் செயலுக்கான விருதைப்பெற்ற முதல் பெண்மணி என்ற பெருமையும் இவருக்கு உண்டு. தங்களுடைய உயிரையும் பொருட்படுத்தாது பிற உயிர்களைக் காப்பாற்றும் அபூர்வமான வீரதீரச் செயல் புரிவோருக்கு அளிக்கப்படும் சர்வதேச விருது இதுவாகும்.

2015ஆம் ஆண்டு ஜூன் மாதம், கொந்தளிக்கும் வங்காள விரிகுடா கடலில், ஒரு வாரமாகத் தத்தளித்துப் பின்னர் மூழ்கிக்கொண்டிருந்த படகில் இருந்து ஏழு மீனவர்களை உயிரோடு பத்திரமாக மீட்டதற்காகத்தான் பதக்கமும் விருதும் இவருக்கு அளிக்கப்பட்டிருக்கிறது.

ராதிகா மேனன் கேரளாவில் இருக்கும் கொடுங்கலூரில் பிறந்து வளர்ந்தவர். கொச்சியில் உள்ள ஆல் இந்தியா மெரைன் கல்லூரியில் ரேடியோ பயிற்சியை முடித்தார். ஆரம்பத்தில் ஷிப்பிங் கார்ப்பொரேஷன் ஆஃப் இந்தியாவில் ரேடியோ அலுவலராகப் பணியாற்றினார். 2012ஆம் ஆண்டு இந்திய மர்ச்சன்ட் நேவியின் முதல் பெண் கேப்டனாக நியமிக்கப்பட்டார். அதே ஆண்டு சுமார் 21,827 மெட்ரிக் டன் எடையுள்ள எண்ணெய் சுமக்கும் கப்பலான சுவர்ண ஸ்வராஜ்யாவின் தலைமைப் பொறுப்பையும் ஏற்றார்.

ஆண்களே அதிகம் கோலோச்சும் கப்பற் படையில் ராதிகா மேனனின் சாதனை குறிப்பிடத் தக்கது.

இந்த விருது பெற்றதைப் பற்றி ராதிகா மேனன் என்ன சொல்கிறார்?

"எனக்கும் என குழுவுக்கும் கிடைத்த மிகப் பெரிய கௌரவமாக இதை நான் கருதுகிறேன். ஒவ்வொரு கப்பற்படை அலுவலரின்

கடமையும் உயிருக்குக்குப் போராடுபவர்களைக் காப்பாற்றுவதுதான். நானும் எனது கடமையைத்தான் செய்தேன். கடற்படையில் பணியாற்றுவது ஒரு புனிதமான சேவை. உலக வர்த்தகம் மற்றும் பொருளாதாரத்தை மேம்படுத்தப் பங்காற்றுவதோடு கலாச்சார ஒருமைப்பாட்டுக்கும் இது வித்திடுகிறது. ஆனால் அதற்கான அங்கீகாரம் எப்போதும் கிடைத்துவிடுவதில்லை."

சரி அந்த மீட்பு பற்றி?

'துர்கம்மா' என்ற பெயருடைய மீனவப் படகு அது. அதன் எஞ்சினில் ஏற்பட்ட கோளாறு காரணமாக நிலைகுலைந்தது. கடுமையான சூறாவளி வீசியதால் நங்கூரம் சின்னாபின்னமாகிவிட்டது. கடலின் கொந்தளிப்பில் அலைபாய்ந்தது அந்தப் படகு. உணவும் தண்ணீரும் அடித்துச் செல்லப்பட்டுவிட்டன. குளிர்பதனப் பெட்டியில் இருந்த பனிக்கட்டிகள்தான் அவர்களின் ஒரே குடிநீர் ஆதாரமாக இருந்தது. அலைகளின் உயரமோ 25 அடிக்கும் மேல். காற்றின் வேகம் மணிக்கு 70 மைலுக்கும் அதிகம். மழையோ கொட்டித் தீர்க்கிறது. அந்தச் சூழலில் கப்பலில் இருந்த ரேடாரின் பார்வைக்கும் அந்தப் படகு சிக்கவில்லை. அந்தப் படகில் ஜிபிஎஸ் கருவியும் பொருத்தப்பட்டிருக்கவில்லை.

அப்போதுதான் ஷிப்பிங் கார்ப்பொரேஷன் ஆஃப் இந்தியா லிமிடட் நிறுவனத்தால் இயக்கப்படும் சம்பூர்ணா ஸ்வராஜ்யா என்ற கப்பலில் இருந்த ராதிகா மேனன், சுமார் 2.5 கிலோ மீட்டர் தூரத்தில் தத்தளித்துக்கோண்டிருக்கும் 'துர்கம்மா'வை ஒடிஷாவின் கோலாபூர் அருகே கவனித்தார்.

அந்தப் புயலின் கோரதண்டவத்துக்கு இடையில், தத்தளிக்கும் படகில் இருந்து ஒரு சிறுவன் உதவிக்காகக் கையசைப்பதை ராதிகா மேனன் கண்டார்.

அந்த நிகழ்ச்சியை நினைவுகூரும் ராதிகா, "அந்தப் படகு பைனாகுலரில் மங்கலாகத் தெரிந்தது. உடனடியாக மீட்புக் குழு ஒன்றை ஏற்படுத்தி மின்னல் வேகத்தில் உத்தரவுகள் பிறப்பித்தேன். மரணத்தின் பிடியில் இருந்த அந்த ஏழு மீனவர்களும் பாதுகாப்பாகக் காப்பாற்றப்பட்டனர்."

இந்த வெற்றிகரமான மீட்பின் பெரும் பங்கு, தமது மீட்புக் குழுவுக்கே சொந்தம் எனத் தன்னடக்கத்தோடு சொல்கிறார் ராதிகா.

"என் குழுவினர் என்னை நம்பினார்கள்; நான் என்ன செய்யச் சொன்னேனோ அதைக் கச்சிதமாகச் செய்துமுடித்தார்கள். அந்தப் படுமோசமான பருவநிலையிலும் திறம்படச் செயலாற்றி, அவர்கள் அந்த மீனவர்களைக் காப்பாற்றினார்கள்" என்கிறார்.

அந்த ஏழு பேரில் 15 வயதே நிரம்பிய ஒரு சிறுவனும் இருந்தான். படகில் இருந்து ஏணி மூலம் கப்பலுக்கு அவன் வரும்போது வீசிய பலத்த காற்றில் அந்த நூலேணி கப்பலுக்கு இணையாகக் காற்றில் அதிவேகமாகப் பறக்க ஆரம்பித்துவிட்டது. அந்தக் காற்றின் வேகத்தில் நூலேணி கப்பலின் மீது மோதியிருந்தால் அந்தச் சிறுவன் நிச்சயம் இறந்திருப்பான். கிட்டத்தட்ட 40 வினாடிகள் அப்படிப் பறந்த சிறுவனையும் பத்திரமாக மீட்டார்கள்.

மீனவர்கள் காப்பாற்றப்பட்டவுடன் கப்பலில் இருந்த சேட்டிலைட் ஃபோன் மூலம் உறவினர்களுக்குத் தகவல் தரப்பட்டது. நல்லவேளையாக அப்போது செய்யப்படவிருந்த இறுதிச் சடங்குகள் நிறுத்தப்பட்டன.

இன்டர்நேஷனல் விமன் ஸீஃபேரர்'ஸ் ஃபவுண்டேஷன் என்ற அமைப்பின் உறுப்பினராகவும் ராதிகா இருக்கிறார். இந்த நிறுவனத்தின் நோக்கம் கப்பற்படையில் பணியாற்றும் பெண்களுக்கு ஊக்கம் அளிப்பதே ஆகும். செப்டம்பர் 2019ல் இவருக்கு, 'பாரத் கி லக்ஷ்மி' என்ற பெருமையும் பிரதமரின் 'மன் கி பாத்' மூலம் கிடைத்திருக்கிறது.

20

ப்யூலா சௌத்ரி

ஐந்து கண்டங்களில் ஏழு கடல்களை நீந்திக் கடந்த ஏந்திழை

நீந்துதல் என்பதே கடுமையான உடற்பயிற்சி. உயிர்காக்கும் பயிற்சியும்கூட. அதிலும் கடலில் நீந்துவதற்குக் கூடுதல் பயிற்சியும் திறமையும் தேவை. இந்தச் சூழலில் ஒரு பெண் ஐந்து கண்டங்களில் ஏழு கடல்களை நீந்திக் கடந்து சாதனை படைத்திருக்கிறார். அவர்தான் பியூலா சௌத்ரி. அர்ஜுனா விருது, பத்மஸ்ரீ விருது, டென்ஸிங் நார்கே நேஷனல் அட்வென்சர் விருது ஆகியவற்றைப் பெற்றிருக்கும் இவர், 2006 -2011 காலகட்டத்தில் மேற்கு வங்காள சட்டசபையில் சட்டமன்ற உறுப்பினராகவும் பணியாற்றியிருக்கிறார்.

ஹூக்ளியில் 2.1.1970ல் பிறந்தவர் பியூலா.

இவர் நீச்சல் கற்றுக்கொள்வதற்கு சுவாரசியமான பின்னணி ஒன்றும் உள்ளது. ஒரு முறை இவரது தந்தையார் படகில் பயணம் செய்துகொண்டிருக்கும்போது எதிர்பாராவிதமாகப் படகு கவிழ்ந்து தண்ணீரில் விழ நேர்ந்தது. அவருக்கோ நீச்சல் தெரியாது. ஆனால் நீச்சல் தெரிந்த ஒருவர் அவர் உயிரைக் காப்பாற்றினார். அப்போதே தான் நீச்சல் கற்றுக்கொள்வதோடு தமது குழந்தைகளுக்கும் நீச்சல் கற்பிக்க வேண்டும் என அவர் உறுதியெடுத்தார். அதன் பலனாகத்தான் பியூலாவும் நீச்சல் கற்றுக்கொள்ள நேர்ந்தது. அவருக்கு இரண்டு வயதாகும்போதே ஹூக்ளி ஆற்றில் இவரது தந்தை நீச்சலுக்கு அழைத்துச் சென்றிருக்கிறார். ஐந்தாவது வயதிலேயே நீச்சல் பயிற்சி நிலையம் ஒன்றில் பதிவு செய்து கொண்டிருக்கிறார். அதன் பின்னர் தொடர்ந்து கடுமையான பயிற்சிகளை மேற்கொண்டுவந்திருக்கிறார்.

தமது ஒன்பதாவது வயதில் தேசிய அளவிலான ஆறு போட்டிகளில் ஆறு தங்கப் பதக்கங்களை வாங்கிக் குவித்தார். தொடர்ந்து ஏறுமுகம்தான். ஜூனியர் மற்றும் தேசிய சாம்பியன்ஷிப் போட்டிகள் பலவற்றிலும் வென்றார். 1991 தெற்காசிய ஃபெடரேஷன் போட்டிகளில் 6 தங்கப் பதக்கங்களையும் பெற்றார். இது ப்ரிஸ்பேன் காமன்வெல்த்

போட்டிகளில் அவர் பங்கேற்க வழிசெய்தது.

1984ஆம் ஆண்டில் 100 மீட்டர் பட்டர்ஃப்ளை நீச்சலிலும், 1986ஆம் ஆண்டில் சியோல் ஆசிய விளையாட்டுப் போட்டிகளிலும் முந்தைய நீச்சல் சாதனைகளை முறியடித்துப் புதிய சாதனைகளைப் பதித்தார்.

அதன் பின்னர் தொலைதூர நீச்சல் பக்கம் அவரது கவனம் திரும்பியது. இங்கிலீஷ் கால்வாயை இரு முறை நீந்திக் கடந்தார். 1996ஆம் ஆண்டில் 81 கி.மீ. (50 மைல்) தொலைவுள்ள முர்ஷிதாபாத் தொலைதூர நீச்சலில் வென்றார்.

2004ஆம் ஆண்டு ஸ்ரீலங்காவின் தலைமன்னாரில் இருந்து தனுஷ்கோடிக்கிடையே உள்ள பாக் ஜலசந்தியை 14 மணி நேரத்தில் நீந்திக் கடந்து சாதனைபுரிந்தார். 2005ல் ஐந்து கண்டங்களில் இருக்கும் கடல் சேனல்களைக் கடந்த முதல் பெண் என்ற பெருமையும்பெற்றார். அவர் ஸ்டெயிட் ஆஃப் ஜிப்ரால்டர், டைர்ரெனியன் கடல், குக் ஸ்ட்ரெயிட், டொரொனியோஸ் வளைகுடா, கடலேனியா கால்வாய், மற்றும் மூன்று ஆங்கர் பே ஆகியவற்றை நீந்திக்கடந்து சாதனை படைத்திருக்கிறார்.

இவரது காது ஒன்றில் இருக்கும் செவிப் பறையில் ஒரு துளை உண்டு. அதனால் அடிக்கடி இவருக்கு பூஞ்சைத் தொற்று ஏற்படும். மருத்துவர்கள் நீந்தவேண்டாம் எனப் பரிந்துரைத்தனர். மேலும் இவருக்கு கடல்நீர் அலர்ஜியையும் உண்டாக்கும். இருந்தாலும் இவற்றையும் தாண்டி அவர் சாதனைகளைக் குவித்திருக்கிறார்.

இவருக்குப் பிடித்த உயிரினம் எது தெரியுமா? சந்தேகமேயில்லாமல் ‘டால்ஃபின்’தான்!

தான் படைத்த சாதனைகளைப் போலவே பிறரும் சாதிக்கவேண்டும் என்னும் உத்வேகம் இவருக்கு இருந்தது. அதன் விளைவாகக் கல்கத்தாவில் நீச்சல் அகாடமி ஒன்றை உருவாக்கும் முயற்சியில் இருக்கிறார் ப்யூலா.

இவரை ‘சமுத்திரங்களின் ராணி’ என்ற பட்டப் பெயரால் அழைக்கின்றனர். முற்றிலும் பொருத்தம்தானே!

21

ஜே.ஆர்.ராஜி

விஷப் பாம்புகளைப் பிடிக்கும் வினோதப் பெண்

'பாம்பென்றால் படையும் நடுங்கும்' என்பார்கள். குடியிருப்புப் பகுதிகளுக்குள் எதேச்சையாகப் புகுந்துவிடும் பாம்புகளைப் பிடித்து அப்புறப்படுத்தும் வேலையை ஆண்களே செய்யத் தயங்குவார்கள். இந்தச் செயலைச் செய்யச் சில ஆண்கள் அரிதாக முன்வருவதுண்டு. ஆனால் வீடுகளுக்குள் கொடிய விஷமுள்ள பாம்புகள் புகுந்துவிட்டால் அவற்றைத் துணிச்சலாகக் கையாண்டு, பாதுகாப்பாகச் சிறைபிடித்து, அவற்றின் வாழிடங்களான வனப் பகுதிகளில் விட்டுவிடும் மயிர்க்கூச்செரியும் பணியை அனாயசியமாகச் செய்துவருகிறார் 36 வயதே ஆகும் ஜே.ஆர்.ராஜி என்ற கேரளத்துப் பெண்.

உயிருள்ள பாம்புகளைப் பார்க்கவே சிலருக்கு அச்சம் ஏற்படும். ஆனால் அவற்றை வெகு சுலபமாகப் பிடிக்கும் ராஜிக்கு அது ஜாலியான விளையாட்டு. படமெடுக்கும் நாகப் பாம்பாகட்டும், ஆளைக்கொல்லும் விஷம் கொண்ட விரியனாகட்டும், மனிதரை இறுக்கியே கொன்றுவிடும் மலைப்பாம்பாகட்டும் தன்னம்பிக்கையோடு ராஜி அவற்றைக் கையாளுவார்.

ராஜியின் சொந்த ஊர் கேரளாவின் பாலோடு அருகில் இருக்கும் நான்னியோடு கிராமம். மேற்குத் தொடர்ச்சி மலையின் அடிவாரக் கிராமங்களில் ஒன்று இது.

பட்டப் படிப்பைப் பாதியிலேயே விட்டுவிட்ட ராஜி, ராஜ நாகம் ஒன்றைப் பிடிப்பதுதான் தமது லட்சியம் என்கிறார். "வன எல்லையில் அமைந்திருக்கிறது எனது கிராமம். சின்ன வயதில் இருந்தே பலதரப்பட்ட பாம்பு வகைகளையும் பார்த்து வளர்ந்திருக்கிறேன்" என்கிறார் சிரித்துக்கொண்டே. "பயத்துக் பதிலாக பாம்புகளின் மீது ஆர்வம் பிறந்தது. அவற்றைத் தொட்டுப் பார்க்கவேண்டும் என்ற ஆசை சிறுவயது முதலே எனக்கு இருந்துவந்தது" என்றும் சொல்கிறார்.

இவரது பெற்றோர் ரப்பர் தோட்டத் தொழிலாளிகள். வேலைக்குச்

செல்லும்போது அவர்களுடன் கூடவே செல்வார். அப்போது ஏராளமான பாம்புகளைப் பார்த்திருக்கிறார். ரப்பர் பால் சேகரிக்கும் கொட்டாங்குச்சிகளுக்கடியில் பாம்புக் குட்டிகளைக் கண்டிருக்கிறார். நிறைய முறை அவற்றைத் தொட்டுப் பார்ப்பது அவரது வழக்கம். இணையத்தில் பாம்பு பிடித்தலை ஆர்வத்தோடு பார்த்திருக்கிறார். பாம்பு பிடிக்கும் பலரிடமும் தமது பாம்பு பிடிக்கும் ஆர்வத்தை வெளியிட்டிருக்கிறார். ஆனால் யாரும் சொல்லித்தர முன்வரவில்லை.

பாபு பலாலயம் என்பவர் மட்டும் ஒரே ஒரு நாள் பயிற்சி அளித்திருக்கிறார். அந்த ஒரு நாள் பயிற்சி பெற்றதைத் தவிர வேறு எந்தப் பயிற்சியையும் பாம்பு பிடிப்பதற்காக இவர் மேற்கொள்ளவில்லை என்பது குறிப்பிடத்தக்கது.

பாம்பு பிடிப்பவருக்கு பாம்புகளின் வகைகள், தோற்றங்கள், அவற்றின் பழக்கவழக்கங்கள், விஷத் தன்மைகள் போன்ற பலவும் தெரிந்திருக்கவேண்டும் என்கிறார். இவர் முதன்முதலாகப் பிடித்தது ஒரு நாகப்பாம்பாகும்.

பாம்புகளைப் பிடிப்பதில் ஆர்வம் உள்ள இவர், திருவனந்தபுரம் மற்றும் கொல்லம் மாவட்டங்களில் நூற்றுக் கணக்கில் விஷப்பாம்புகளைப் பிடித்து அப்புறப்படுதியிருக்கிறார். 70க்கும் மேற்பட்ட நாகப் பாம்புகள், 11 விரியன் பாம்புகள், 7 மலைப் பாம்புகள், சில கண்ணாடி விரியன்கள் மற்றும் உள்ளூர்ப் பாம்பு வகைகளில் சில ஆகியன, குடியிருப்புப் பகுதிகளில் இருந்து இவர் பிடித்து வனப் பகுதியில் பாதுகாப்பாக விட்ட பாம்புகளாகும்.

நாகப் பாம்புகள் தம்மைப் பிடிக்கவரும்போது படத்தை விரித்தும், 'உஸ்ஸ்ஸ்' எனச் சீறியும், பிளவுபட்ட நாக்கை வெளியே நீட்டியும் அச்சுறுத்தும். கையால் பிடிக்கும் சமயங்களில் விரியன்களும் மலைப்பாம்புகளும் இவரைக் கடிக்கவும் முயற்சித்ததுண்டு. ஆனால் இவை எதுவும் அவரை அச்சுறுத்தவில்லை; தொடர்ந்து ஆர்வத்தோடு பாம்புகளைப் பிடித்தேவருகிறார்.

பருவநிலை மாற்றங்களாலும், இரைதேடல் போன்ற வேறு சில காரணங்களுக்காகவும் பாம்புகள் தமது இயல்பான வாழிடங்களில் இருந்து மனிதர்கள் குடியிருக்கும் பகுதிக்கு வந்துவிடுகின்றன என்கிறார் ராஜி. ஆரம்பத்தில் பாம்பு பிடிப்பவராக மட்டுமே பார்க்கப்பட்ட ராஜி இப்போது பாம்புகளின் காவலராகவும் அறியப்படுகிறார்.

தங்களது வீட்டின் அறைகளிலோ அல்லது புடைக்கழியிலோ பாம்பு ஒன்றைப் பார்த்து நடுங்கும் மக்கள், எந்தச் சமயத்தில் அழைத்தாலும் உடனடியாக வந்து ஆவன செய்கிறார் இவர்.

இரண்டு குழந்தைகளுக்குத் தாயான ராஜி, பாம்பு இருக்கும் இடங்களில் இருந்து தகவல் வந்தவுடன் தம்து ஸ்கூட்டரிலேயே சென்றுவிடுகிறார். இரவு நேரத்தில் அழைப்புகள் வந்தால் கணவரும் உடன்செல்கிறார். ராஜிக்கு ஜீப் ஓட்டவும் தெரியும். ஜீப் ட்ரைவராகப் பணிபுரிந்தும் வருவாய் ஈட்டுகிறார். இவரது கணவர் அனில்குமாரும் ஒரு வாகன ஓட்டிதான்.

பாம்புகளைப் பிடித்தவுடன் ராஜி அவற்றின் முதுகில் தடவிக்கொடுக்கிறார். தலைப் பகுதியில் மெல்ல முத்தமிடுகிறார். பிடித்த பாம்பைத் துளைகள் இருக்கும் சிறு பைகள் அல்லது பாலிதீன் கவர்களில் விட்டுக் கட்டிவிடுகிறார். பின்னர் அண்மையில் இருக்கும் வனத் துறையினருக்குத் தகவல் கொடுத்து, அவர்கள் சொல்லும் வனப் பகுதிகளில் அவற்றை விடுவிக்கிறார்.

வெறும் கைகளால்தான் இவர் பாம்புகளைப் பிடிக்கிறார்.

ஆரம்பத்தில் கேலி செய்தவர்களும் இப்போது பாராட்டுகின்றனர் என்கிறார் ராஜி பெருமிதத்துடன்.

நூற்றுக் கணக்கில் பாம்புகளைப் பிடித்திருந்தாலும் ஒரு பாம்புகூட இவரைக் கடித்ததில்லை; அதுபோலவே எந்த ஒரு பாம்புக்கும் இவரால் காயம் எதுவும் ஏற்பட்டதில்லை.

"பாம்பு பிடித்தலை தொழிலாக நான் நினைக்கவில்லை; மாறாக ஓர் எளிமையான சமூக சேவையாகவே நினைக்கிறேன். பாம்பு பிடிப்பதற்கான கூலிக்காக ஒருபோதும் நான் பேரம் பேசுவதில்லை. அவர்களாக ஏதேனும் நன்கொடை கொடுத்தால் வாங்கிக்கொள்வேன். மிகவும் ஏழைகளாகவும் முதியவர்களாகவும் இருந்தால் அவர்களாகக் கொடுக்கும் சன்மானத்தையும் ஏற்பதில்லை. உயிரைப் பணயம் வைத்து மக்களுக்கு உதவும் சேவை இது. இதை நான் தொடர்வேன்" என்கிறார் ராஜி சிரிப்புடன்.

22

பாபிபென் ரபாரி

நான்காம் வகுப்பு வரை மட்டுமே படித்த நாடோடி இனப் பெண் சம்பாதிப்பதோ மாதம் இரண்டரை லட்சம்!

நம்ம ஊர் நரிக் குறவர்கள் போல 'ரபாரி' என்ற நாடோடி இனம் வட மேற்கு இந்தியாவில் மிகப் பிரபலம். கால்நடை மேய்ச்சல்தான் இவர்களது குலத் தொழில். தங்களின் பூர்விகம் இமயமலை என்று இவர்கள் சொல்லிக்கொள்வார்கள். ஆண்கள் தலையில் பெரிய முண்டாசு கட்டியிருப்பார்கள்; பெண்கள் பலவிதமான கண்ணாடிக் கற்கள் பதித்த மாலைகள், கை வளையல்கள் அணிந்திருப்பார்கள். அதிகம் படிப்பறிவு அற்ற இந்த ரபாரி இனப் பெண்கள் மிக இளம் வயதிலேயே திருமணம் செய்து கொடுக்கப்பட்டுவிடுவார்கள். அந்த இனத்தில் தோன்றிய பாபிபென் என்னும் பெண், நான்காம் வகுப்பு வரை மட்டுமே படித்தவர்; ஆனால் அவர் சம்பாதிப்பதோ மாதம் இரண்டரை லட்சம் ரூபாய் வரை. அதோடு பல பெண்களுக்கும் வேலைவாய்ப்பை வழங்கி, கொரோனோ காலத்திலும் வளமாகவே வாழ்ந்து வருகிறார்.

சரி... யார் இந்த பாபிபென்?

குஜராத் மாநிலத்தில் இருக்கும் கட்ச் பகுதியின் அன்ஜார் தாலூகாவில் உள்ள பாட்ராய் என்ற கிராமத்தில் பிறந்தவர்தான் பாபிபென். மிக வறுமையான குடும்பத்தில் ஐந்தாவது பெண்ணாகப் பிறந்தவர். இளம் வயதிலேயே தந்தை இறந்துவிட்டார். தாயுடன் சேர்ந்து கூலி வேலைகள் செய்து பிழைத்துவந்தார். அப்போது இவருக்கு தினக்கூலி ஒரு ரூபாய் மட்டுமே!

தன்னுடைய சமூகப் பெண்கள் எம்பிராய்டரி வேலைகள் செய்வதைக் கூர்ந்து கவனித்த பாபிபென், தானும் அதைக் கற்றுக்கொள்ள ஆரம்பித்தார். கைவினையில் தேர்ச்சியடைந்து, 'கலா ரக்?ஷா' என்ற தொண்டு நிறுவனத்தில் சேர்ந்தார். அங்கு அவருக்கு மாத ஊதியமாக ரூ.1,500- தரப்பட்டது.

பாரம்பரியமான எம்பிராய்டரி முறையில் தன் கற்பனையையும் தனிப்பட்ட தொழில்நுட்பத்தையும் புகுத்தி, 'ஹரி-ஜரி' என்ற புது பாணியை உருவாக்கினார். அதை அடிப்படையாக வைத்து சால்வைகள், கைப்பைகள், மெத்தை விரிப்புகள், தலையணை உறைகள் போன்றவற்றைத் தயாரித்தார். அவை பலரது கவனத்தையும் ஈர்த்தன.

அப்போதுதான் அவருக்குத் திருமணம் நடந்தது. திருமணத்துக்கு வந்திருந்த பலருக்கும் தன் கைப்படத் தயாரித்த பைகளை பாபிபென் பரிசாக அளித்திருக்கிறார். அந்தப் பொருட்களின் வேலைப்பாடால் கவரப்பட்ட பலரும் பாராட்டியிருக்கின்றனர். இதுவே பாபிபென்னுக்கு ஊக்கம் அளிக்கும் நிகழ்வாக அமைந்தது. தன் திறமையை அப்போதுதான் தெளிவாக உணர ஆரம்பித்திருக்கிறார் பாபிபென்.

உள்ளூரில் மட்டும் அல்ல... வெளிநாடுகளுக்கும் தன் திறமையில் விளைந்த எம்பிராய்டரி பொருட்களைக் கொண்டுசேர்க்க வேண்டும் என விரும்பினார். ஆனால் அதற்கான வழிமுறைகள் அவருக்குத் தெரியவில்லை. கலா ரக்?ஷாவின் பொது மேலாளர் நிலேஷ் பிரியதர்ஷி இவருக்குக் கைகொடுத்தார். 'பாபிபென்.காம்' என்ற இணைய தளத்தை உருவாக்கித்தந்தார். அதில் பாபிபென்னுடைய பொருட்கள் சிறப்பாக அறிமுகப்படுத்தப்பட்டன.

இவரது பைகள் 'பாபி பைகள் (Pabi bags) என அழைக்கப்பட்டன.

பாபிபென் மீது நிலேஷ் வைத்த நம்பிக்கை வீண்போகவில்லை. முதலில் கிராமப் புறங்களில் மந்தமாகவே ஆதரவு இருந்தது. காலக்கிரமத்தில் வரவேற்பு கூடியது. தன்னுடைய பொருட்களுக்கான மூலப் பொருட்கள் அனைத்தையும் பாபிபென் உள்ளூரில் இருந்தே கொள்முதல் செய்தார். உள்ளூர்ப் பெண்கள் தங்கள் வீடுகளில் இருந்தே ஹரி-ஜரி பொருட்கள் தயாரிக்க ஊக்கம் கொடுத்தார். அவரது சொந்தக் கிராமத்திலேயே 160 பெண்களுக்கு அவர் இவ்வாறு வேலைவாய்ப்பைக் கொடுத்தார். அந்தப் பெண்கள் மாதம் ரூ.10,000 முதல் 15,000 வரை சம்பாதிக்க முடிந்தது. அகமதாபாத்திலிருந்து ரூ.70,000க்கான ஆர்டர் ஒன்று கிடைத்தது இவருக்கு மிகப் பெரிய உத்வேகத்தை அளித்தது. அதற்குப் பிறகு அதிக அளவில் ஆர்டர்கள் வரத் தொடங்கின. பாபிபென்னுடைய வியாபாரமும் சூடுபிடிக்கத் தொடங்கியது. கொரோனா கால நிர்பந்தங்களையும் தாக்குப் பிடித்து, மாதம் இரண்டரை லட்சம் வரை பாபிபென் சம்பாதித்தார். சில

பாலிவுட் திரைப்படங்களிலும் பாபிபென்னுடைய பொருட்கள் காண்பிக்கப்பட்டன.

சிறந்த தொழில்முனைவோருக்கான 'ஜானகி தேவி பஜாஜ்' விருது இவருக்கு 2016ஆம் ஆண்டு கிடைத்தது.

தன்னுடைய இன மக்களின் முன்னேற்றத்துக்கு உதவுவதே தமது ஆசை எனச் சொல்லும் பாபிபென், "நான்காம் வகுப்பு வரை மட்டுமே படித்த என்னாலேயே இந்த அளவு சாதிக்க முடியும் என்றால், அதிகம் படித்த பெண்கள் எவ்வளவோ சாதிக்கலாம்" என்று உற்சாகமாகச் சொல்கிறார்.

23

பூஜா பீஷ்னோய்

(ஒன்பது வயதில் தடகளப் போட்டிகளில் சாதனை படைத்த சிறுமி)

தடகளப் போட்டிகள் பொதுவாக ஆண்களுக்கான களமாகவே இருந்து வருகின்றன. அதில் சாதனை படைத்திருக்கிறார் பூஜா பிஷ்னோய் என்ற ஒன்பதே வயது நிரம்பிய வருங்கால கில்லாடி லேடி.

தன் வயதை ஒட்டிய சிறுமிகள் கண்ணாமூச்சி விளையாடிக்கொண்டிருக்கும் அதே வேளையில் தங்கப் பதக்கங்களைக் குவிப்பதிலும் உலக சாதனைகளை முறியடிப்பதிலும் தீவிரமாக இருக்கிறார் பூஜா.

ராஜஸ்தான் மாநிலத்தில் இருக்கும் ஜோத்பூருக்கு அருகே உள்ள குடா பிஷ்னோய்யன் என்ற ஒரு சிறு கிராமத்தில் பிறந்தவர்தான் இவர். இவரது தந்தை அஷோக் பிஷ்னோய் ஒரு விவசாயி; தாயார் மிமா தேவி இல்லத்தரசி. இவருக்கு குல்தீப் என்ற தம்பியும் உண்டு.

சமீபத்தில் பத்து வயதுக்குள்ளானோருக்கான ஓட்டப் பந்தயப் போட்டி ஒன்றில் 3 கி.மீ. தூரத்தை 12.50 நிமிடங்களில் கடந்து சாதனை புரிந்திருக்கிறார். அதோடு மட்டும் இல்லை இந்த இளம் 9 வயதிலேயே சிக்ஸ் பேக் உடல் அமைப்பு கொண்ட ஆசியாவின் முதல் பெண் என்னும் பெருமையும் இவருக்கு உண்டு. 2017ஆம் ஆண்டு ஜோத்பூர் மாரத்தான் ஓட்டத்தில் 10 கி.மீ.தூரத்தை வெறும் 48 நிமிடங்களில் கடந்தார். இவரது வலிமையான தசைகளையுடைய உடல்வாகு மிகவும் புகழ்பெற்றது. ஒலிம்பிக் சாம்பியன் ஆகவேண்டும் என்பதே பூஜாவின் ஒற்றை இலட்சியமகும்.

இவரை இந்தியாவின் தடகள தேவதை (Athletic Angel of India) என்று பாராட்டுகிறார்கள்.

தனது தாய்மாமாவான சர்வான் புடியா என்னும் தடகள வீரரைத் தனது பயிற்சியாளராகக் கொண்டிருக்கும் பூஜா, 2024ல் நடத்தத்

திட்டமிடப்பட்டிருக்கும் யூத் ஒலிம்பிக்ஸ் போட்டிகளில் கலந்துகொண்டு, நமது நாட்டுக்குத் தங்கம் வாங்கித் தரத் தயாராகிக்கொண்டிருக்கிறார்.

பூஜாவுக்கு 3 வயதிருக்கும்போதே அவரது திறமையை அடையாளம் கண்டு, இவரது தாய்மாமா இவரை ஓட்டப் பந்தயங்களில் கலந்துகொள்ள ஊக்கப்படுத்தியிருக்கிறார். பூஜாவும் தன்னைவிட மூத்த பையன்களை ஓட்டத்தில் அப்போதே வென்றுவிடுவாராம்!

அதற்குப் பிறகு பூஜாவின் தடகள வாழ்வு ஏறுமுகத்திலேயே இருந்திருக்கிறது. தான் பெற்ற பயிற்சிகளின் விளைவால் ஐந்து வயதாகும்போதே வலிமையான தசைகளுடன் விளங்கினார். வீட்டில் பெற்றோருக்கும் தங்களது மகளின் சாதனைகளைப் பார்த்து ஒரே பூரிப்பு!

பூஜா தினசரி அதிகாலை 3 மணிக்கு எழுந்து 7 மணி வரை பயிற்சி செய்வார்; பின்னர் பள்ளிக்குச் சென்று பிற்பகல் 2 மணி வரை பாடங்கள் படிப்பார்; அதன் பின்னர் கொஞ்சம் ஓய்வு. மீண்டும் 4 மணிக்கு ஆரம்பமாகும் பயிற்சி முடிய இரவு மணி 8 ஆகிவிடும். ட்யூஷனுக்குச் செல்வதோ படிப்பதற்காகக் கூடுதல் வகுப்புகளுக்குச் செல்வதோ கிடையாது. தொலைக்காட்சி பார்ப்பதே இல்லை.

இவரது உணவுப் பழக்கமும் குறிப்பிடத்தக்கது. உலர்ந்த மற்றும் சதைப்பற்றுள்ள பழங்கள், புரோட்டீன் மிக்க உணவுப் பொருட்கள் கட்டாயம் உணவில் இடம்பெறும். நேரத்தை ஒருபோதும் வீணடிப்பதே கிடையாது. இவருக்கு விராட் கோலி ஃபவுண்டேஷன் அமைப்பு தேவையான உதவிகளைச் செய்துவருகிறது.

சிக்ஸ் பேக் உடல்வாகு கொண்ட முதல் ஆசியச் சிறுமி என்ற சிறப்பு கிடைத்ததைப் பற்றி இவர் என்ன சொல்கிறார்?

"ஏழு வயதிலேயே இந்தச் சிறப்பு எனக்குக் கிடைத்ததற்காக மிகவும் பெருமைப்படுகிறேன். இதைப் பெறுவதற்காக உண்மையிலேயே என்னுடைய பயிற்சியாளருடன் சேர்ந்து நான் கடுமையாக உழைத்தேன். எனது இந்தப் பெருமை முழுவதும் எனது பயிற்சியாளருக்கே சேரும்! 2024 ஒலிம்பிக்ஸில் இந்தியாவுக்காக நான் தங்கப் பதக்கம் வெல்ல விரும்புகிறேன். எனது செயல்பாட்டால் எல்லோரையும் பெருமைப்படவைப்பேன். இதைப் பற்றியே ஒவ்வொரு பகலிலும் இரவிலும் நான் சிந்தித்துக்கொண்டிருக்கிறேன்!"

பூஜா பிஷ்னோயின் பொழுதுபோக்குகள் என்ன?

“தடகளப் பயிற்சி ஒன்றுதான் நான் விரும்புவது. மற்றபடி எனது பாடங்களைப் படிப்பதில்தான் மீதி நேரத்தை செலவிடுகிறேன்” என்கிறார் பூஜா.

தடகள மைதானமே, தான் நேசிக்கும் நெருங்கிய நண்பர் எனச் சொல்லும் பூஜா, இதர நண்பர்களுடன் செலவிட அதிக நேரம் கிடைப்பதில்லை என்கிறார்.

சரி. இவரது ரோல் மாடல் யாராம்? “என்னுடைய பயிற்சியாளரும் தாய்மாமாவுமான சர்வான்தான் தனது ரோல் மாடல் என்கிறார் சிரித்துக்கொண்டே. உடல் வலிமையைப் பொருத்தவரை சாஹில்கான்தான் தமக்கு மிகவும் விருப்பமானவர் எனக் குறிப்பிடுகிறார்.

தடகளப் போட்டிகள்தான் தமது விருப்பத்துக்குரியன எனவும் சர்வதேச தடகள வீரராக வேண்டும் என்பதே தனது லட்சியம் எனவும் உறுதியோடு சொல்கிறார் பூஜாபிஷ்னோய்.

உங்கள் கனவு நனவாகட்டும் பூஜா!

24

ஷ்ரவானி பவார்

(பெண் செக்யூரிடி காவலர்களைப் பணியில் அமர்த்தும் நிறுவனம் நடத்துபவர்)

முன் அனுபவமோ, பொருளாதார பலமோ, சுற்றியிருப்பவர்களின் ஆதரவோ இல்லாமல் புதிதாக - பெண்கள் இதுவரை கால் வைக்காத ஒரு துறையில் கௌரவமாகப் பெண்களை ஈடுபடுத்தி, அவர்களின் வாழ்வாதாரத்தையும் மேலோங்கச் செய்வது ஒரு சாதனைதானே? அப்படி ஒரு சாதனையை நிகழ்த்தி, வெற்றிப் பாதையில் பயணிப்பவர்தான் ஷ்ரவானி பவார் என்ற 34 வயதுப்பெண்மணி.

இரவு செக்யூரிடி கார்டுகள் பல இடங்களில் பணிபுரிவதால்தான் நம்முடைய உறக்கம் நிம்மதியோடு இருக்கிறது. திரையரங்குகள், பெரிய மால்கள், கூட்ட நெரிசல் உள்ள பல இடங்களிலும் அவற்றைச் சமாளித்து, உரிய வழி காண்பித்து, ஒழுங்குபடுத்துவதில் செக்யூரிடி கார்டுகளின் பணி மிக முக்கியமானது. இவர்களைப் பணியமர்த்தாத அடுக்ககங்களே இல்லை எனலாம்.

நீலம் அல்லது சாம்பல வண்ணச் சீருடை அணிந்த இந்த செக்யூரிடி கார்டு பணிகளைக் கொஞ்ச காலம் முன்னர் வரை ஆண்களே செய்துவந்தனர். அந்தத் துறையில் துணிந்து களமிறங்கி, உள்ளூர்ப் பெண்கள் பலரையும் செக்யூரிடி கார்டுகளாகப் பணியமர்த்தும் நிறுவனம் ஒன்றைத் திறம்பட நிர்வகித்து வருகிறார் ஷ்ரவானி பவார்.

இன்றைய தேதியில் சுமார் 600 பெண் செக்யூரிடி கார்டுகளை ஹைதராபாத், கர்நாடகா, கோவா மற்றும் சென்னையில் பணிக்கமர்த்தி அந்தப் பெண்களுக்கு வாழ்வாதாரத்தை ஏற்படுத்திக் கொடுத்திருக்கிறார். வட கர்நாடகத்தில் இருக்கும் ஹூப்ளியில், சேஃப் ஹேண்ட்ஸ் (Safe Hands) என்ற இவரது நிறுவனம் 24x7 செயல்படக்கூடியது என்பது குறிப்பிடத் தக்கது. ஆண்டொன்றுக்கு இவரது நிறுவனத்தின் டர்ன் ஓவர் 6 கோடி ரூபாய்கள்!

சமூக சேவையில் இளங்கலைப் பட்டம் பெற்றவர் ஷ்ரவானி

பவார். கல்லூரிப் படிப்பை முடித்ததும் ஆறு மாதங்கள் தொண்டு நிறுவனம் ஒன்றில் பணிபுரிந்திருக்கிறார். ஆனால் அந்தப் பணி அவருக்கு முழு நிறைவையளிக்கவில்லை. எனவே மேலும் சமூக சேவையில் பயிற்சி பெற ஹூப்ளியில் இருக்கும் தேஷ்பாண்டே ஃபவுண்டேஷன் என்னும் அமைப்பில் சேர்ந்தார்.

2009 ஆம் ஆண்டு நண்பர் ஒருவருடன் இணைந்து பெண்களின் முன்னேற்றத்துக்காக சேஃப் ஹேண்ட்ஸ் நிறுவனத்தைத் துவக்கினார். ஆரம்பத்தில் தமது பணியை விட்டுவிட்டு இப்படி ஓர் அமைப்பை இவர் துவக்குவதை ஷ்ரவானியின் பெற்றோர் விரும்பவில்லை. காலப்போக்கில்தான் குடும்பத்தினரது ஆதரவு கிடைத்தது. கொஞ்ச காலத்துக்குப் பிற நண்பர் விலகிவிடவே தனியாகவே நிறுவனத்தை நடத்தும் பொறுப்பை ஏற்றார். இவரது கணவர் ஷுபாஸ் இவரது முயற்சிக்கு பக்கபலமாக விளங்கினார்.

இவர் பயிற்சி அளித்துப் பணிக்கமர்த்தும் பெண்களில் பலர் உள்ளூரில் வசிப்பவர்கள்; பொருளாதார வசதிக் குறைவான குடும்பங்களைச் சேர்ந்தவர்கள்; தங்களது சொந்தக் காலில் நிற்கவேண்டும் என்ற மன உறுதிகொண்டவர்கள். இவர்கள் பெரும்பாலும் மகளிர் விடுதிகள், மருத்துவமனைகள், கல்வி நிலையங்கள், மற்றும் சில வணிக வளாகங்கள் போன்றவற்றில் பணியமர்த்தப்படுகிறார்கள். திருமணம் போன்ற நிகழ்ச்சிகளில் கூட்டத்தை ஒழுங்குபடுத்துவது, இரவு நேரத்தில் நேரம் கழித்துவரும் பதின்பருவத்தினரின் பாதுகாப்பு போன்ற பணிகளையும் இந்தப் பெண் செக்யூரிடி கார்டுகள் மேற்கொள்கின்றனர்.

பெண்களைப் பணிக்கமர்த்த நகரங்களையே ஷ்ரவானி தேர்ந்தெடுக்கிறார். காரணம், பெண்கள் எளிதில் பணிக்குச் சென்று வீடு திரும்பலாம் என்பதுதான். உள்ளூர்ப் பெண்களைத் தேர்ந்தெடுப்பதற்குக் காரணம் அவர்கள் தங்களது குடும்பத்தோடு வசித்துப் பணிக்கு வரலாம் என்ற காரணத்தினால்தான்.

செக்யூரிடி பணிக்கு வந்து போகும் பெண்களுக்குப் பாதுகாப்பானதும் வசதியானதுமான பணிச் சூழல் இருக்கிறதா என்பதை முதலில் உறுதிப்படுத்திக்கொள்கிறார் ஷ்ரவானி. “அப்போதுதான் தாங்கள் பணிபுரியும் இடங்களில் இருப்பவர்களுக்கும் அந்த உணர்வை அவர்களால் ஏற்படுத்த முடியும் “ என்கிறார்.

இவரது நிறுவனப் பெண்களுக்கு முன்னாள் ராணுவ வீரர்கள்

பயிற்சியளிக்கின்றனர். பயிற்சியாளர்களுக்கு உடல் மற்றும் மனரீதியான பயிற்சிகளும் வழங்கப்படுகின்றன. ஆவணங்களைக் கையாளும் அடிப்படைப் பயிற்சியும் வழங்கப்படுகிறது.

குடும்ப அழுத்தங்கள், பாதுகாப்புக் காரணிகள் மற்றும் இது போன்ற பல காரணங்களால் பெண்கள் இந்தப் பணியை மேற்கொள்ள ஆரம்பத்தில் தயங்கினர். அவர்களுக்கு தைரியமூட்டிப் பயிற்சியளித்துப் பணியில் சேர்த்து அவர்கள் வாழ்வாதாரத்தை ஷ்ரவானி மேம்படுத்திவருகிறார்.

இந்த நிறுவனத்தை ஆரம்பித்ததைப் பற்றி ஷ்ரவானி பவார் என்ன சொல்கிறார்? "ஆம். உண்மைதான். ஆண்கள் மட்டுமே செக்யூரிடி கார்டுகளாக இருந்த சமயத்தில் ஆரம்பத்தில் இது சவால்கள் நிரம்பியதாகவே இருந்தது. வாடிக்கையாளர்களை மன ரீதியாகத் தயார்ப்படுத்தவே சிறிது காலமானது. அதைப்போலவே பணிபுரிய முன்வரும் பெண்களின் குடும்ப அங்கத்தினர்களின் நம்பிக்கையைப் பெறுவதற்கும் சிரமப்பட்டேன்.

மேலும், நாள் முழுக்கப் பெண்கள் உழைக்கின்றனர்; எல்லாவற்றையும் கவனித்துக்கொள்கின்றனர். இருந்தாலும் முடிவுகளை எடுக்கும் அதிகாரம் அவர்கள் கையில் இருப்பதில்லை. இதை மாற்ற விரும்பினேன். பெண்கள் செக்யூரிடி கார்டுகளாகப் பணிசெய்ய முடியாது என்னும் கருத்தைத் தகர்க்க விரும்பினேன்."

"பல சமயங்களில், பள்ளிகள், மருத்துவமனைகள், வாகனங்களை நிறுத்துமிடங்கள் போன்ற பல இடங்களில் ஆண்களைவிடப் பெண்களால் கூட்டத்தைக் கட்டுப்படுத்துவது எளிதாகிறது. அப்படிப்பட்ட இடங்களில் பணி செய்யத் தகுந்த பயிற்சி உள்ளூர்ப் பெண்களுக்கு அளிக்கப்படுகிறது" என்கிறார் ஷ்ரவானி. பெண்களின் உடல்நலம் மற்றும் தகுதி அடிப்படையில் பணிகள் அளிக்கப்படுவதாகவும் தெரிவிக்கிறார். யாரிடமும் உதவிகள் பெறத் தயங்கவேகூடாது என்பதும் இவரது கொள்கை.

குறிப்பிட்டுக் கேட்கும் வாடிக்கையாளர்களுக்கு ஆண் செக்யூரிடிகளையும் சேஃப் ஹேண்ட்ஸ் நிறுவனம் அனுப்பிவைக்கிறது.

நாடெங்கிலும் இருந்து வரும் ஆண்களுக்கும் பெண்களுக்கும் வேலைவாய்ப்புகளுக்கான பயிற்சி மையம் ஒன்றை ஹுப்ளியில் தொடங்குவதே தமது லட்சியம் என்கிறார். தனது வெற்றிப் பாதையைச்

சுருக்கமாக இப்படிச் சொல்கிறார் ஷ்ரவானி பவார்: "கையில் காசு இல்லாமல் இதை ஆரம்பித்தேன்; இன்று வெற்றிகரமான தொழில்முனைவோராக சொந்தக் காலில் நின்று திருப்தியுடன் வாழ்கிறேன்!"

பவாரின் பயணம் சாதிக்க விரும்பும் அனைவருக்கும் ஒரு பாடமாகும். ஒரு நல்ல முயற்சிக்கு, மற்றவர்களின் ஆதரவைவிட ஆத்மார்த்தமான ஈடுபாடும் அர்ப்பணிப்பும்தான் தேவை என்பதை அவரது வெற்றிக் கதை நமக்குச் சொல்கிறது.

25
குணவதி சந்திரசேகரன்
ஊனத்தை வென்ற சாதனைப் பெண்

தமது இரண்டாவது வயதிலேயே போலியோ நோய் தாக்குதலால் பாதிக்கப்பட்டவர், திண்டுக்கல் மாவட்டத்தில் இருக்கும் சின்னாளப்பட்டி கிராமத்தைச் சேர்ந்த குணவதி. பிறருடைய உதவியின்றி அவரால் இருபது அடி தூரம்கூட நடக்க முடியாது. ஆனால் இந்த உடற்குறைபாடு எந்த விதத்திலும் அவரது முன்னேற்றத்துக்குத் தடையாக இருக்கவில்லை. தானும் முன்னேறி, தம்மைச் சுற்றியுள்ள பெண்களின் முன்னேற்றத்துக்கும் வழிகாட்டிவருகிறார் இந்த சாதனைப் பெண் குணவதி.

பத்தாம் வகுப்பு வரை மட்டுமே படித்திருக்கும் குணவதிக்கு 16ஆவது வயதிலேயே திருமணம் ஆகிவிட்டது. இரண்டு குழந்தைகள் உள்ளனர். இவரது குடும்பம் வலுவான கல்விப் பின்னணி கொண்டது. தந்தை எம்பிபிஎஸ் படித்த மருத்துவர். அண்ணன் எம்.எஸ். படித்த அறுவைசிகிச்சை நிபுணர். அண்ணி டிஜிஓ படித்த மகப்பேறு மருத்துவர். இரண்டாவது சகோதரர் பொறியியல் பட்டதாரி. படிக்கவில்லையே தவிர, தானும் எதையாவது சாதிக்கவேண்டும் என்ற ஆர்வம் சிறுவயது முதலே குணவதிக்கு இருந்துவந்திருக்கிறது.

கலை மீது ஆர்வம் கொண்ட இவரது கவனம் குய்ல்லிங் (quilling) பக்கம் திரும்பியது.

சரி... குய்ல்லிங் என்றால் என்ன?

மெல்லிய பட்டைகளாகக் கத்தரித்த தாள்களைச் சுருட்டி, கற்பனா சக்திகொண்டு பலவித வடிவங்கள் மற்றும் உருவங்களை உருவாக்குவதைத்தான் சுருக்கமாக குய்ல்லிங் என்பார்கள். சின்னஞ் சிறு கருவிகளின் துணையோடு இந்த வடிவங்கள் உருப்பெருகின்றன. மின்சாரக் கருவிகள் பயன்படுத்தப்படுவதில்லை. இவை அனைத்துமே 100% சூழலுக்கு உகந்தவை; கைகளாலேயே தயாரிக்கப்படுபவை.

சுவர் அலங்காரப் பொருட்கள், வாழ்த்து அட்டைகள், திருமண அழைப்பிதழ்கள், நிறுவனங்களின் முத்திரை வடிவங்கள், பெயர்ப் பலகைகள், ஆபரணங்கள், கலை வடிவங்கள் என்று இவர் கற்பனையில் உருவாகியிருக்கும் கவர்ச்சிகரமான படைப்புகள் ஏராளம்!

குணவதி இப்போது குறிப்பிடத் தகுந்த கைவினைக் கலைஞராகத் திகழ்கிறார். அவரது குடும்பமும் இவருக்கு முழு ஆதரவு அளிக்கிறது. இந்தக் கலை, குணவதிக்குள் பொதிந்திருக்கும் படைப்பாற்றல் திறனை வெளிக்கொண்டுவந்திருக்கிறது. அவரது படைப்புகள் தனித்துவம் மிக்கவை; அழகியல் நிரம்பியவை.

இவரது கைத்திறமைக்காகப் பல விருதுகள் இவரைத் தேடி வந்திருக்கின்றன. சமீபத்தில் தமிழ்நாடு அரசும் இவருக்கு விருது வழங்கிச் சிறப்பித்திருக்கிறது.

ஜவுளி அமைச்சகத்தின் மூலம் இவரது கைவினைப் பொருட்கள் நாடெங்கிலும் நடக்கும் கண்காட்சிகளில் காட்சிப்படுத்தப்பட்டுள்ளன.

கிராஃப்ட் கவுன்ஸில் ஆஃப் தமிழ்நாடு மற்றும் கிராஃப்ட் கவுன்ஸில் ஆஃப் இந்தியா ஆகியன கோயமுத்தூர் மற்றும் சென்னையில் நடக்கும் கண்காட்சிகளில் பல முறை இவரை ஸ்டால்கள் போடும்படி அழைத்து கௌரவித்திருக்கின்றன. பாண்டிச்சேரி, கர்நாடகா, கேரளா மாநில அரசுகள் கட்டணம் ஏதும் இன்றி, ஸ்டால்கள் அமைக்க இவரை அனுமதித்திருக்கின்றன. ஸ்டால் சிலவற்றில் சுமார் ரூ.80,000-அளவுக்கு இவரது பொருட்கள் விற்கப்பட்டுள்ளன. வேலைப்பாட்டின் அடிப்படையில் அவற்றுக்கு 100 ரூபாயிலிருந்து, 50,000 ரூபாய் வரை விலை வைத்து விற்கிறார். கிட்டத்தட்ட நாளொன்றுக்கு 18 மணி நேரம் உழைக்கும் இவர், இதுவரை சுமார் 600 வகையான கலைப்பொருட்களை உற்பத்தி செய்திருக்கிறார்.

தாமே இந்தக் கலையைக் கற்றுத் தேர்ந்திருக்கிறார் குணவதி. அவரது உள்ளுணர்வே அவரது ஆசான். தேவைப்படுவோருக்குப் பயிற்சி வகுப்புகள் எடுத்து, சுய முன்னேற்றம் பற்றிய கருத்துக்களை விதைக்கிறார். ஆயிரக்கணக்கான பெண்களுக்குப் பயிற்சி கொடுத்து பொருளாதார ரீதியில் அவர்களை சொந்தக் காலில் நிற்குமாறு செய்துவருகிறார். குணா'ஸ் குய்ல்லிங் என்ற பெயரில் தம்முடைய கலைப் பொருட்களை சந்தைப்படுத்துகிறார்.

இங்கிலாந்தின் குய்ல்லிங் கில்டில் தானும் ஓர் உறுப்பினராக

இருப்பதாகவும், மேன்மேலும் குய்ல்லிங் கலையைப் பற்றி, தான் தெரிந்துகொள்ள விரும்புவதாகவும் குணவதி பெருமையுடன் கூறுகிறார்.

2015ஆம் ஆண்டு ஜூலை மாதம், பிரிடிஷ் கவுன்சில் மூலம் சிறப்புரை ஆற்ற இவர் அழைக்கப்பட்டிருக்கிறார். தலைப்பு : "குறுகிய காலத்தில் வெற்றிபெற்ற தொழில் முனைவோராக நான் ஆனது எப்படி?"

மதுரையில் இருக்கும் அரவிந்த் கண் மருத்துவமனையில் சுய முன்னேற்ற உரை நிகழ்த்தியிருக்கிறார். காந்திகிராமத்தில் இருக்கும் சௌபாக்யா அனாதை இல்லத்தில் காகித குய்ல்லிங் பற்றி ஒரு வார வகுப்பெடுத்திருக்கிறார்.

இதே போல அரசு அழைப்பின்பேரில் சென்று, திண்டுக்கல் மாவட்டத்தில் இருக்கும் நத்தம், சிவகாசி, உடுமலைப்பேட்டை, ராஜபாலையம் போன்ற ஊர்களிலும் சுய முன்னேற்ற வகுப்புக்களை எடுத்திருக்கிறார். பல அமைப்புகளின் விருதுகளை வாங்கிக் குவித்திருக்கிறார் குணவதி.

இதுவரை சுமார் 2000க்கும் அதிகமானோருக்குப் பயிற்சியளித்திருக்கிறார். பயிற்சியாளர்களில் பெரும்பான்மையோர் பெண்கள், மாணவிகள் மற்றும் அனாதை ஆசிரமத்துக் குழந்தைகள் ஆவர். பயிற்சி அளிப்பதோடு அவர்கள் தயாரிக்கும் பொருட்களைச் சந்தைப்படுத்தவும் உதவுகிறார்.

"என்னுடைய லட்சியம், வீணான பொருட்கள் எனக் கருதப்படுபவற்றில் இருந்து கலைப் பொருட்களை உண்டாக்குவதுதான். அழகிய வேலைப்பாடமைந்த பொருட்களை நுட்பமான கலை நயத்தோடும் தனித்துவத்தோடும் உருவாக்கவேண்டும் என விரும்புகிறேன். என்னுடைய இந்த முயற்சியில் மிகப் பெரிய வெற்றியை நான் பெறுவேன் என்று மனமார நம்புகிறேன். அதன் மூலம் வாழ்வில் கைவிடப்பட்ட நிலையில் இருக்கும் என் கிராமத்தைச் சேர்ந்த பெண்களின் வாழ்வாதாரத்தை மேம்படுத்தவும் முயற்சிப்பேன்" என்று தன்னம்பிக்கையோடு சொல்கிறார் குணவதி. இது தன்னுடைய பொழுதுபோக்கு என்பவதைவிடத் தனது அடையாளம் என்று பெருமைப்படுகிறார்.

குணவதியின் பயணம் குறிப்பிடத் தக்கது; கொண்டாடத் தக்கது.

26

யோகிதா ரகுவன்ஷி

(இந்தியாவின் முதல் ட்ரக் ஓட்டுநர்)

கிட்டத்தட்ட 50 வயதாகும் பெண் ஒருவர் 14 சக்கரங்கள் கொண்டதும் 30 டன் எடையுள்ளதுமான சரக்கு வாகனம் (ட்ரக்) ஒன்றை அனாயசியாமாக ஓட்டுவதைப் பார்க்கும் மக்கள் வியப்படைவார்கள். அவர்தான் யோகிதா ரகுவன்ஷி என்னும் பெண்மணி.

வாகனங்களை ஓட்டும் ஆண்களிலேயே அதிகம் பேர் ட்ரக் ஓட்டுநர்களாக ஆக விரும்புவது இல்லை. நெடுந்தூரப் பயணங்களை மேற்கொள்ள வேண்டியிருப்பதும் ஒரு காரணம். ஆனால் அந்தத் துறையிலும் துணிந்து கால்பதித்து, 'இந்தியாவின் முதல் பெண் ட்ரக் ஓட்டுநர்' என்ற பெருமையைப் பெற்றிருக்கிறார் யோகிதா ரகுவன்ஷி.

இவர் பிறந்தது மஹாராஷ்ட்ராவில் இருக்கும் நந்தர்பர் என்ற ஊரில். இவருடன் பிறந்தவர்கள் நால்வர். இவர் பி.காம் பட்டம் பெற்றுவிட்டு, சட்டப் படிப்பும் படித்திருக்கிறார்.

இவருக்கு 1991ஆம் ஆண்டு வழக்கறிஞர் ஒருவருடன் திருமணம் ஆனது. அவர் சாலை விபத்து ஒன்றில் இறந்தபிறகு தமது குடும்பத்தைக் காப்பாற்ற ட்ரக் ஓட்டும் தொழிலைத் தேர்ந்தெடுத்திருக்கிறார் யோகிதா.

இவருக்கு யாஷிகா என்ற பெண்ணும் யஷ்வின் என்ற மகனும் இருக்கிறார்கள். இருவருமே கல்லூரியில் படித்துக்கொண்டிருக்கிறார்கள்.

வக்கீல் தொழிலில் கிடைக்கும் வருமானத்தைக் காட்டிலும் அதிகமாகச் சம்பாதிப்பதற்காக ட்ரக் ஓட்டுநராக அவதாரம் எடுத்திருக்கிறார். "ஏதாவது வழக்கறிஞர் ஒருவரிடம் ஜூனியராகச் சேர்ந்திருந்தால் பல ஆண்டுகளுக்கு சொற்ப வருமானம் மட்டுமே கைக்குக் கிடைத்திருக்கும்; அதனால்தான் நான் வேறு தொழிலை நாட வேண்டியிருந்தது" என்கிறார் இவர். இதில் நிலையான,

கணிசமான வருவாய் வருகிறது எனச் சொல்லும் யோகிதா, இந்தியா போல வளர்ந்து வரும் நாடுகளில் ட்ரக்குக்கான தேவை எப்போதும் இருக்கும் என்றும் உறுதியுடன் சொல்கிறார்.

2000ஆம் ஆண்டு முதல் தன்னுடைய மிகப் பெரிய ட்ரக்குடன் இந்தியாவெங்கும் இவர் பயணம் செய்துவருகிறார்.

"மரபுகளை உடைக்கவேண்டும் என்ற நோக்கத்தில் நான் இந்தத் தொழிலைத் தேர்ந்தெடுக்கவில்லை; சந்தர்ப்ப சூழ்நிலைகளாலேயே இந்தத் தொழிலுக்கு வந்தேன். எனவே என்னை வேறு கிரகவாசி போலப் பார்க்கவேண்டாம்" என்கிறார் யோகிதா.

ஆரம்பத்தில் ஓட்டுநர் ஒருவரைப் பணிக்கமர்த்தி, தமது ட்ரக்கை ஓட்டச் செய்திருக்கிறார். ஆனால் அதில் பல சிக்கல்கள் உருவாயிருக்கின்றன. எனவே தாமே ட்ரக்கை ஓட்டுவதென முடிவுசெய்திருக்கிறார்.

ஆனால் அப்போது கியர் எது, ஆக்ஸிலரேட்டர் எதுவென்றுகூட அவருக்குத் தெரியாது. அதானால் வாகனம் ஓட்டப் பயிற்சி பெறுவதென்று முடிவுசெய்தார்; பயிற்சியும் பெற்றார். இப்படித்தான் அவரது ட்ரக் வாகன ஓட்டி வாழ்க்கை துவங்கியது.

சொந்தமாக ட்ரக் வைத்திருக்கும் இவரே அதை ஓட்டும் முதல் பயணம் போபாலில் இருந்து அகமதாபாத்தை நோக்கியதாக அமைந்திருக்கிறது. "எனக்கு அது மிகவும் புதியதாக இருந்தது. ஆனாலும் என் உள்ளுணர்வு எனக்கு நம்பிக்கை அளித்தது. ஆரம்பத்தில் எந்தச் சாலை எந்த நகருக்குப் போகிறது என்பதுகூட எனக்குத் தெரியாது. எதிர்ப்படும் மனிதர்களிடம் வழி கேட்டு, வழி கேட்டு என் பயணத்தை மேற்கொண்டேன்" என்கிறார் கடந்த காலத்தைக் கண்களில் அசைபோட்டபடியே!

ஆரம்பத்தில் நிறையக் கேலி கிண்டல்களுக்கு ஆளாகியிருக்கிறார். சக ஆண் ஓட்டுநர்களின் குரோதமான பார்வையையும் எதிர்கொள்ள வேண்டியிருந்திருக்கிறது. ஆனால் வெகு விரைவிலேயே அவற்றையெல்லாம் புன்னகையுடன் கடந்துசெல்லும் வலிமையைப் பெற்றுவிட்டார்.

"நெடுஞ்சாலை உணவகங்களில் நான் உணவருந்தும்போது முன்பின் தெரியாத சிலர்கூட என்னிடம் இந்தத் தொழிலை விட்டுவிடுமாறு ஆலோசனை சொல்வார்கள். அவர்களிடம் 'நான் ஏன் அப்படி

செய்யவேண்டும்' என இவர் ஆணித்தரமாகக் கேட்கும்போது அவர்கள் வாயடைத்துப் போய்விடுவார்கள்" என்கிறார் யோகிதா. மற்றவர்களின் எதிர்மறை விமர்சனங்களுக்கு ஒருபோதும் இவர் செவிசாய்ப்பதில்லையாம்.

ட்ரக் ஓட்டுவதைப் பொருத்தமட்டில் வட இந்தியாவைவிடத் தென்னிந்தியா பாதுகாப்பானது என்பது இவரது கருத்து.

நெடுஞ்சாலையில் இருக்கும் மெக்கானிக்குகள் மற்றும் தாபா உணவுவிடுதிப் பணியாளர்கள் போன்றோரின் ஆரம்பப் பார்வை அசூசை கொண்டதாக இருக்கும். ஆனால் நான் கம்பீரமாக, பெரிய ட்ரக்கை ஓட்டுவதைப் பார்க்கும்போது அவர்களின் பார்வையே மாறுபட்டு மரியாதையுடனானதாக மறிப்போகும். அவர்களின் இந்த இரண்டு விதமான பார்வைகளுமே என்னுள் எந்த பாதிப்பையும் ஏற்படுத்தாது. ஏனென்றால் ஆண்களே கோலோச்சும் எந்த ஒரு துறையிலும், பெண் ஒருத்தி சாதிக்கத் தொடங்கும்போது, ஒவ்வொரு பெண்ணுக்கும் ஏற்படுவதுதான் இது. நெடுஞ்சாலையில் இப்போதும் பெண் ஓட்டுநர்கள் அதிகம் இல்லை. நிறையப் பெண்கள் இந்தத் தொழிலுக்கு வரவேண்டும். மற்றவர்கள் என்ன சொல்கிறார்கள் என்பதைப் பொருட்படுத்தக்கூடாது. பெண்கள் நினைத்தால் எந்தத் துறையிலும் சாதிக்கலாம்" என்கிறார் யோகிதா.

"எனக்கு ஏற்பட்ட தடைகளை எல்லாம் தாண்டினேன்; முன்னேற வேண்டும் என்பதே எனது ஒரே குறிக்கோளாக இருந்தது. உங்களால் ஒன்றைச் சாதிக்க முடியும் என்றும் முதலில் நீங்கள் உண்மையாக நம்புங்கள்; நிச்சயம் உங்கலால் எதையும் சாதிக்க முடியும்" என்கிறார் யோகிதா தீர்க்கமாக.

27

ஷாட்பி பாசு

(மதுக் கலவை நிபுணர்)

மது வகைகள் பலவற்றையும் உரிய விகிதத்தில் கலப்பதற்கு, 'காக்டெயில்' என்று பெயர். தரமான காக்டெயில் கலவைகளைத் தயார் செய்ய அனுபவம் வாய்ந்த கைப்பக்குவம் தேவை. ஆண்களே இந்தத் துறையில் பிரகாசிப்பது கடினம். பெண்கள் அரிதினும் அரிதாக ஈடுபடும் 'பார் டெண்டர்' என்னும் மதுக் கலவைத் துறையில் நுழைந்து சாதனை படைத்துவருகிறார் ஷாட்பி பாஸு என்னும் ஐம்பது வயதைக் கடந்த பெண்.

1980களில் பெரும்பாலான பெண்கள் பெற்றோர் மற்றும் கணவரின் ஆலோசனைகளுக்கு ஏற்பத் தங்களது தொழிலைத் தேர்ந்தெடுத்துக்கொண்டிருந்தபோது ஷாட்பி பாஸு வேறு விதமாகச் சிந்தித்தார்.

ஐம்பது வயதைத் தாண்டிய இவர் இன்னும் சுறுசுறுப்பாகவும், ஆர்வத்துடனும் செயல்பட்டுவருகிறார்.

"மாற்றம் ஒன்றே மாறாதது என்பதை நான் நன்கறிவேன். எனவே மாறிவரும் சூழ்நிலைகளுக்கு ஏற்பத் தினந்தோறும் என்னை நானே புதுப்பித்துக்கொண்டுவருகிறேன். புதுப் புது சவால்களை எதிர்கொள்கிறேன். நான் மக்களை வெறுமனே பார்ப்பதில்லை; மாறாக உற்று நோக்குகிறேன். பிறர் பேசுவதை வெறுமனே கேட்பதோடு நின்றுவிடுவதில்லை; ஆழ்ந்து கவனிக்கிறேன். இதனால் தினமும் நான் கற்றுக்கொண்டே வளருகிறேன்" என்கிறார் ஷாட்பி பாஸு.

இந்தத் தகுதிகளை இவர் பெற்றிருப்பதால்தான் பல காலமாக ஆண்களே கோலோச்சும் இந்தத் துறையில் கால்பதித்து, இந்தியாவின் முதல் பார்டெண்டர் என்னும் பெருமையையும் பெற்றிருக்கிறார்.

"இந்தத் துறைக்கு வருவேன் என நான் நினைக்கவேயில்லை. சீன உணவுகளைத் திறம்படத் தயாரிக்கும் தலைமை சமையற் கலைஞராக

இருக்கவேண்டும் என்பதே எனது ஆரம்பகால விருப்பமாக இருந்தது. எனக்கு 21 வயதாகும்போது நான் ஓர் உணவகத்தில் மேற்பார்வையாளராக இருந்தேன். அப்போது கூடுதல் பொறுப்பாக எனக்கு இது அளிக்கப்பட்டது.

மும்பையின் சாப்ஸ்டிக் ரெஸ்டாரன்டில் பார் டெண்டர் பணி கிடைத்தது. ஆரம்பத்தில் நான் மிகவும் பயந்தேன். மதுக் கலவைகளை உரிய விகிதத்தில் சேர்ப்பது பற்றி அப்போது எனக்கு எதுவும் தெரியாது. எனக்கு மது பற்றி அடிப்படை அறிவு மட்டுமே இருந்தது. நானாகவே யோசித்து ஒரு மதுக் கலவையை உருவாக்கினேன். அது வாடிக்கையாளருக்கும் பிடித்துப்போனது. அப்போதிருந்து எனது கற்கும் படலம் தொடர்ந்தது. அது வசீகரமானதாக இருந்தது; சவால்கள் நிரம்பியதாக இருந்தது; பாராட்டுகள் கிடைப்பதாகவும் இருந்தது" என்று தனது வெற்றிப் பாதையை நினைவுகூர்கிறார் பாஸு.

இவருக்குக் குடும்பத்தினரின் ஆதரவும் இருந்தது. சொல்லப்போனால் இவர் உணவக நிர்வாகம் பற்றிப் படிக்கும்போது, பார் டெண்டர் கையேடு ஒன்றை இவரது தாயும் அத்தையும் பரிசாக அளித்திருக்கிறார்கள். அந்தப் புத்தகம்தான் என் வாழ்க்கையையே மாற்றி அமைத்தது. இன்றைய என் வெற்றிக்கு அதுதான் அடிக்கல்" என்கிறார் பாஸு பெருமையுடன்.

ஆரம்பத்தில் இவருக்கு சக ஆண் பணியாளர்களிடம் இருந்து ஏதேனும் எதிர்ப்பு வந்ததா?

"அவர்களுக்கு அதிர்ச்சியைவிட ஆச்சரியம்தான் அதிகமாக இருந்தது. காலப் போக்கில் அவர்களும் ஏற்றுக்கொண்டார்கள். மது அருந்த வருபவர்களும், தங்களுடன் மென்மையாகவும் புதிச்சலித்தனமாகவும் உரையாடும் பெண் பார்டெண்டரை வரவேற்கவே செய்தார்கள். இதில் எனக்கும் மகிழ்ச்சியே ஏற்பட்டது. மேசைக்குப் பின்னால் அமர்ந்து நான் மதுக் கலவைகளைச் சேர்க்கும்போது வாடிக்கையாளர்களுடன் உரையாடுவது எனக்கு மிகவும் மகிழ்ச்சியைத் தருகிறது" என்கிறார் ஷாட்பி பாஸு புன்னகையுடன்.

விற்பனைப் பிரிவில் பெண்கள் இருப்பதைப் போல பார் டெண்டர் தொழிலுக்கும் நிறையப் பெண்கள் வருங்காலத்தில் வருவார்கள் என்று நம்பிக்கை தெரிவிக்கிறார் இவர்.

இன்றைக்கு பார் டெண்டராக மட்டுமல்லாது மதுவகை ஆலோசகராகவும், பார் டெண்டிங் அகாடமியின் தலைவராகவும் ஷாட்பி இருக்கிறார். இவை மட்டுமே தமக்கு நிறைவை அளிக்கவில்லையென்றும் இன்னும் தாம் அடையவேண்டிய உயரம் மிக அதிகம் எனவும் தெரிவிக்கிறார்.

“பிறருக்குக் கற்பிப்பதே எனக்கு மிக மன நிறைவை அளிப்பதாக இருக்கிறது. அது சவால்கள் நிரம்பியதும்கூட. உங்களால் பயிற்றுவிக்கப்பட்ட மாணவர்களுக்குப் புகழும் அங்கீகாரமும் கிடைக்கும்போது உங்கள் மனம் ஆனந்தத்தால் நிறையும். எனது ஆர்வங்களுக்கு அளவே இல்லை. நம் அனைவருக்குமே ஒன்றுக்கு மேற்பட்ட துறைகளில் பிரகாசிக்கும் ஆற்றல் இருக்கிறது. அதைக் கண்டுணர்வதுதான் முக்கியம். பார் டெண்டராக இருப்பதற்கு மேலும் நான் சாதிக்க விரும்புகிறேன்.”

“விடுதிகளில் ஹவுஸ்கீப்பிங் செய்யும்போதும், இரவு நேரங்களில் பல இடங்களிலும் பணியாற்றும்போதும் பெண்கள் பாதுகாப்பாக உணர்வதில்லையா? அதைப்போன்றதுதான் பார்டெண்டிங் வேலையும்! இந்தத் துறைக்கு வர உண்மையிலேயே உங்களுக்கு அர்ப்பணிப்பு உணர்வு இருக்கவேண்டும்” என்பது பாஸுவின் கருத்து.

1997ஆம் ஆண்டு இவர் ஸ்டிர் (STIR) என்ற பார் டெண்டிங் அகாடமி ஒன்றை உருவாக்கினார். அந்த அமைப்பின் மூலம் மதுக் கலவைப் பயிற்சியளிக்கிறார். கருத்தரங்கங்கள், செய்முறைப் போட்டிகள் போன்றவற்றைப் பயிற்சியாளர்களுக்கு நடத்துகிறார்.

இந்தியா, சிங்கப்பூர், லிமா மற்றும் நியூயார்க்கில் பல மதுக் கூடங்களை ஷாட்பி பாஸு வடிவமைத்திருக்கிறார். தொலைக்காட்சி நிகழ்ச்சிகளிலும் தோன்றியிருக்கிறார்; பத்திரிகையிலும் எழுதிவருகிறார். புத்தகம் ஒன்றும் இவரால் எழுதப்பட்டிருக்கிறது.

கலாச்சாரத் தடைகள் மற்றும் கூர்நோக்குப் பார்வையின்மை ஆகியவற்றைத் தாண்டிப் பெண்கள் எல்லாத் துறைகளிலும் சாதிக்கலாம் என்பதற்கு ஷாட்பி பாஸு நல்லதோர் உதாரணம்!

28

கிருஷ்ணம்மாள் ஜகனாதன்

(இந்தியாவின் ஆன்மா)

தமிழ்நாட்டைச்சேர்ந்தவர் கிருஷ்ணம்மாள் ஜகனாதன். 1926ஆம் ஆண்டு பிறந்தவர்; பட்டியல் இனத்தச் சேர்ந்தவர். இவரும் இவரது கணவர் சங்கரலிங்கம் ஜகனாதனும் சமூக அநீதிகளுக்கெதிராகப் போராடியவர்கள்; காந்திய நெறியைக் கடைப்பிடித்தவர்கள்; நிலமற்ற ஏழைகள், தலித்துகள், ஆதிக்க வர்க்கத்தால் அச்சுறுத்தப்பட்டவர்கள் ஆகியோரின் வாழ்க்கை முன்னேறப் பாடுபட்டவர்கள். இதற்கென அரசையும், பெரும் நிலச்சுவான்தார்களையும் பல கட்டங்களில் எதிர்த்திருக்கின்றனர். இந்திய விடுதலைப் போராட்டத்தில் பங்குபெற்றவர்கள். வினோபா பாவேயுடன் நெருங்கிய அறிமுகம் பெற்றவர்கள்.

2008 ஆம் ஆண்டில் கிருஷ்ணம்மாள், ஜகனாதன் தம்பதியருக்கு *Right Livelihood Award* என்ற விருது வழங்கப்பட்டது. இந்தியப் பொதுமக்களுக்கு வழங்கப்படும் மூன்றாவது உயரிய விருதான பத்மபூஷன் இவருக்கு 2020ஆம் ஆண்டு வழங்கப்பட்டுள்ளது.

இளம் வயதிலேயே தீண்டாமைக் கொடுமைகள் மற்றும் ஏழ்மையை அனுபவித்தவர் கிருஷ்ணம்மாள். தமது தாயார் நாகம்மாள் நிறை மாத கர்ப்பிணியாக இருக்கும்போதும் கடினமாக உழைத்தாக வேண்டிய நிலைமையைக் கண்கூடாகப் பார்த்தவர். வறுமையில் வாடினாலும் பல்கலைக்கழகத்தில் படிக்கும் வாய்ப்பு இவருக்குக் கிடைத்தது. விரைவில் காந்திய சர்வோதய இயக்கத்தில் சேர்ந்தார். அப்போதுதான் ஜகனாதனைச் சந்தித்தார். திருமணம் செய்துகொள்ள முடிவு செய்தனர். ஆனால் சுதந்திர இந்தியாவில்தான் தங்களது திருமணம் நிகழவேண்டும் என்பதற்காகக் காத்திருந்து 1950ஆம் ஆண்டுதான் திருமணம் புரிந்தனர்.

நிலமற்ற ஏழைகளுக்கு நிலங்களைப் பிரித்துக்கொடுப்பது ஒன்றே காந்தியின் கனவுச் சமூகத்தை அமைக்க உதவும் என கிருஷ்ணம்மாள்

உறுதியாக நம்பினார். சென்னையில் ஆசிரியப் பயிற்சி முடிந்த பிறகு, 1953 முதல் 1968ஆம் ஆண்டு வரை பூதான் இயக்கத்தில் தீவிரமாகப் பங்கேற்றுப் பணியாற்றினார். பெரும் நிலச்சுவான்தார்களிடமிருந்து நிலங்களைக் கொடையாகப் பெற்று, நிலமற்ற ஏழை மக்களுக்கு வழங்கினார். அந்த நிலங்களில் பயிரிட ஆலோசனைகளையும் அளித்தார்; அரசின் நலத் திட்டங்களைப் பற்றிய விழிப்புணர்வை ஏற்படுத்தினார்.

1968ல் கூலிப் பிரச்னை காரணமாகக் கீழவெண்மணியில் குழந்தைகள் மற்றும் பெண்கள் உட்பட 42 தலித்துகள் கொல்லப்பட்டதையடுத்து, கிருஷ்ணம்மாள் - ஜகனாதன் தம்பதியினர் தஞ்சாவூர் பகுதியில் நிலச் சீர்திருத்தங்களுக்காகக் குரல் கொடுத்தனர்.

கீழவெண்மணியின் தாக்கத்தால் இந்தத் தம்பதினர் Land for Tillers' Freedom (LAFTI) என்ற இயக்கத்தை 1981ஆம் ஆண்டு முன்னெடுத்தனர். நிலச்சுவான்தார்களும் நிலமற்ற ஏழைகளும் ஒன்றாகக் கூடி, நிலமற்றோருக்கு நியாயமான விலையில் நிலம் வாங்கக் கடனுதவி கிடைக்க ஆவன செய்வதும். கூட்டுறவு முறையில் உழைத்துக் கடனைச் செலுத்துவதும் இந்த இயக்கத்தின் முக்கியக் குறிக்கோள். ஆரம்பத்தில் வங்கிகள் கடன் கொடுக்க அதிக ஆர்வம் காண்பிக்கவில்லை. அதிகமான முத்திரைத் தாள்கட்டணமும் பின்னடைவுக்கு ஒரு காரணமாக அமைந்தது.

ஆனாலும் கிருஷ்ணம்மாள் தம்பதியினரின் தொடர்ந்த கடின உழைப்பின் காரணமாக 2007 இறுதியில் லிகிதிஜிமி மூலம் 13,000 ஆயிரம் குடும்பங்களுக்கு, மொத்தம் 13,000 ஏக்கர் நிலம் கிடைக்க வழி செய்தார்.

விவசாய வேலையில்லாத தருணங்களில் பாய் முடைதல், தையல் கலை, தச்சுவேலை, கணிப்பொறிக் கல்வி, எலக்ட்ரானிக்ஸ் போன்றவற்றில் ஏழை மக்களுக்குப் பயிற்சியளித்தார். பெண்கள் முன்னேற்றத்துக்காகவும் பாடுபட்டார்.

1992ஆம் ஆண்டுவாக்கில் தமிழகக் கடற்கரையோரங்களில் பெருகிவரும் இறால் பண்ணைகளுக்கு எதிராப் போராடத் தொடங்கினார். அந்தப் பண்ணைகள் மக்களின் விவசாயப் பணி ஆதாரத்தைப் பறித்ததோடு, செழிப்பான விவசாய விளைநிலங்களை உப்புக் காடாகவும் மாற்றிவந்தன. மண்ணில் உப்புநீர் ஊடுருவியதால் அக்கம்பக்கத்தில் இருக்கும் மக்களின் குடிநீர் ஆதாரமும் பாழ்பட்டது.

இதன் விளைவாகக் கொஞ்சமாக நிலம் வைத்திருப்போர் அவற்றைப் பெரு முதலாளிகளுக்கு விற்றுவிட்டுப் பெருநகரங்களில் குடியேறி, சேரிகளைப் பெருக்கினர்.

ஜகனாதன் தம்பதியினர் இறால் பண்ணைகளுக்கெதிரான விழிப்புணர்வுப் போராட்டத்தில் தீவிரமாக ஈடுபட்டனர். சத்தியாக்கிரக வழியில் பேரணிகள் மற்றும் ஆர்ப்பாட்டங்களை நடத்தினர். இதனால் கூலிப்படையினரால் தாக்கப்பட்டனர். ஆர்ப்பாட்டக்காரர்களின் வீடுகள் தீக்கிறையாக்கப்பட்டன. பலரும் கைதுசெய்யப்பட்டனர்.

ஜகனாதன் தம்பதியினர் இந்திய உச்ச நீதி மன்றம் வரை சென்று சட்டப் போராட்டமும் நடத்தினார்கள். அதன் விளைவாக கடற்கரையை ஒட்டியிருக்கும் விளைநிலங்களில் 500 மீட்டர் வரை இறால் பண்ணைகள் அமைக்கப்படக்கூடாது என உச்சநீதிமன்றம் ஆணையிட்டது.

கிருஷ்ணம்மாள் தனியாகவும், கணவருடன் சேர்ந்தும் 7 அரசு சாரா அமைப்புகளை ஏழைகளுக்காக ஏற்படுத்தினார். காந்திகிராம் ட்ரஸ்ட் பல்கலைக்கழகத்திலும் மதுரைப் பல்கலைக்கழகத்திலும் செனட் உறுப்பினராக இருக்கிறார்.

தேசியக் கல்விக் குழு, நிலச் சீர்திருத்தக் குழு மற்றும் திட்டக் குழு ஆகியவற்றிலும் உறுப்பினராக இருக்கிறார்.

வேதாரண்யத்தில் நடந்த உப்பு சத்யாகிரஹத்தின் பிளாட்டினம் ஆண்டு விழாவை முன்னிட்டு 2006ஆம் ஆண்டு, வேதாரண்யத்தில் உப்பு சத்தியாகிரஹ அணிவகுப்புக்குத் தலைமை தாங்கினார்.

ஸ்வாமி பிரணவானந்தா அமைதி விருது, ஜம்னாலால் பஜாஜ் விருது ஆகிய விருதுகளையும் பத்மஸ்ரீ விருதையும் பெற்றிருக்கிறார்.

கிருஷ்ணம்மாள் - ஜகனாதன் தம்பதியினரை, 'இந்தியாவின் ஆன்மா' என்று பலரும் போற்றுகின்றனர்.

29

சோபிடா டாமுல்லி

(வெற்றிகரமான கிராமத்துத் தொழிலதிபர்)

புதிதாகத் தொழில் தொடங்குவது என்பது எல்லோருக்கும் வாய்த்துவிடாது. அர்ப்பணிப்பு, கடும் உழைப்பு, தொடர் முயற்சி ஆகியவவை வாய்க்கப்பெற்றவர்களே எந்தத் தொழிலிலும் வெற்றிக் கனியை எட்ட முடியும்.

வெற்றிகரமான தொழிபதிபராக உருவெடுப்பதற்கு - அதிலும் ஒரு பெண் உருவெடுப்பதற்கு - முக்கியத்துவம் வாய்ந்த பின்னணி அவசியமேயில்லை; பரபரப்பான நகரப் பின்னணி, அதிகப் படிப்பு எதுவுமே தேவையில்லை; ஆனாலும் கை நிறையச் சமபாதிக்கலாம்; சாதிக்கலாம்; இன்னும் பலருக்கு வேலை வாய்ப்பை ஏற்படுத்தியும் கொடுக்கலாம் என நிரூபித்து வெற்றிப் பாதையில் முன்னோக்கிச் செல்பவர்தான் அஸ்ஸாம் மாநில, டெலானா என்ற குக்கிராமத்தைச் சேர்ந்த சோபிடா டாமுல்லி என்ற முப்பத்தியேழு வயதுப் பெண்மணி.

சோபிடா டாமுல்லியைப் பார்த்தால் சாதாரணமான ஒரு குக்கிராமத்துப் பெண் போலத்தான் தெரியும். ஆனால் அவருள்ளும் சாதனைப் பெண் ஒருவர் ஒளிந்திருக்கிறார்.

மிகக் குறைவான அளவே படித்திருக்கிறார் இவர். ஆனால் அது ஒரு தடையாகவே அமையவில்லை. தமது 18ஆவது வயதில் திருமணமான இவர், இரு விதத் தொழில்களில் உள்ளூரில் கொடிகட்டிப் பறக்கிறார். இயற்கை உர விற்பனை மற்றும் பாரம்பரிய வடிவிலான அஸ்ஸாமியத் தொப்பிகள் விற்பனை என்ற இரு பிரிவுகளிலும் ஜொலிக்கிறார்.

அவர் தயாரித்து வரும் இயற்கை உரம் எளிதிலேயே செய்யக்கூடியது; மூலப்பொருட்கள் எங்கும் கிடைக்கக்கூடியன; விலையும் மலிவானது. 'கேசுஹார்' என இவரது இயற்கை உரத்துக்குப் பெயரிட்டிருக்கிறார். இவர் உருவாக்கியிருக்கும் 'செயுஜி' ஏனும் மகளிர் சுய உதவிக் குழு மூலம் தாம் தயாரிக்கும் பொருட்களை இவர் சந்தைப்படுத்துகிறார்.

மாட்டுச் சாணம், வாழை மரம், மண்புழுக்கள் மற்றும் மக்கிய இலைகள் ஆகியனவே இவரது இயற்கை உரத்தின் மூலப் பொருட்கள். இவையனைத்துமே உள்ளூரிலேயே கிடைப்பன; விலையும் மலிவு. இந்த இயற்கை உரம் விவசாயிகளிடம் மட்டுமல்லாமல் நாற்றங்கால் வைத்திருப்பவர்களிடமும் பெருத்த வரவேற்பைப் பெற்றுள்ளது. 5 கிலோ கொண்ட பாக்கெட் ஒன்றை, ரூபாய் ஐம்பதுக்குத் தமது மகளிர் சுய உதவிக் குழு மூலம் விற்கிறார். இது ஒரு பர்கரின் விலைதான்!

சமீப காலமாக மக்கள் ஆரோக்கியமான உணவைச் சாப்பிட அதிகம் விரும்புகிறார்கள். எனவே இயற்கை உரங்களின் மூலம் விளைவிக்கப்படும் காய்கறிகளுக்குச் சந்தையில் பெரும் வரவேற்புக் கிடைத்திருக்கிறது. அது நேரடியாக இவரது இயற்கை உரத்தின் கூடுதல் விற்பனைக்கு வித்திட்டிருக்கிறது.

2002 ஆம் ஆண்டுவாக்கில்தான் இயற்கை உரம் தயாரிக்கும் எண்ணம் இவருக்கு உதயமாகியிருக்கிறது. தமது கிராமத்தில் இருந்த பெண்கள் சிலரையும் சேர்த்துக்கொண்டு இயற்கை உரம் தயாரிக்க ஆரம்பித்திருக்கிறார். அவரது தயாரிப்பு முறை எளிமையானதாக இருக்கவே விரைவில் மிகவும் பிரபலமடைந்தது. இவரது மண்புழு உரமான கேசுஹார் வெகு விரைவில் சந்தையில் பெரியதொரு இடத்தைப் பிடித்துவிட்டது.

இயற்கை உரத் தயாரிப்புக்கு அடுத்தபடியாக இவர் உற்பத்தி செய்வது ‘ஜப்சி’ என அழைக்கப்படும் பாரம்பரியம் மிக்க, பரந்த அடிப் பகுதியும் மேலே கூம்பு வடிவையும் உடைய அஸ்ஸாமியத் தொப்பிகளாகும். தொப்பிகள் என்பது அஸ்ஸாமியக் கலாச்சாரத்துடன் ஒன்றிப்போனவை. இந்தத் தொப்பிகளைத் தலையில் அணிவதற்கு மட்டுமல்ல - அலங்காரப் பொருளாகவும் அஸ்ஸாமியர்கள் பயன்படுத்துகின்றனர்.

பல வண்ணங்கள், அளவுகள் மற்றும் வடிவங்களில் இந்தத் தொப்பிகளை இவர் தயாரிக்கிறார். தனிப்பட்ட நபர்கள் அல்லது நிறுவனங்கள் தங்கள் தேவையைத் தெரிவித்தால் அதன்படி தொப்பிகளை வடிவமைத்துத் தருவது சோபிடாவின் ஸ்பெஷாலிடி.

இவைகளை உற்பத்தி செய்வதோடு அண்மையில் இருக்கும் சந்தைகளில் விற்பனைக்கும் ஏற்பாடு செய்துள்ளார்.

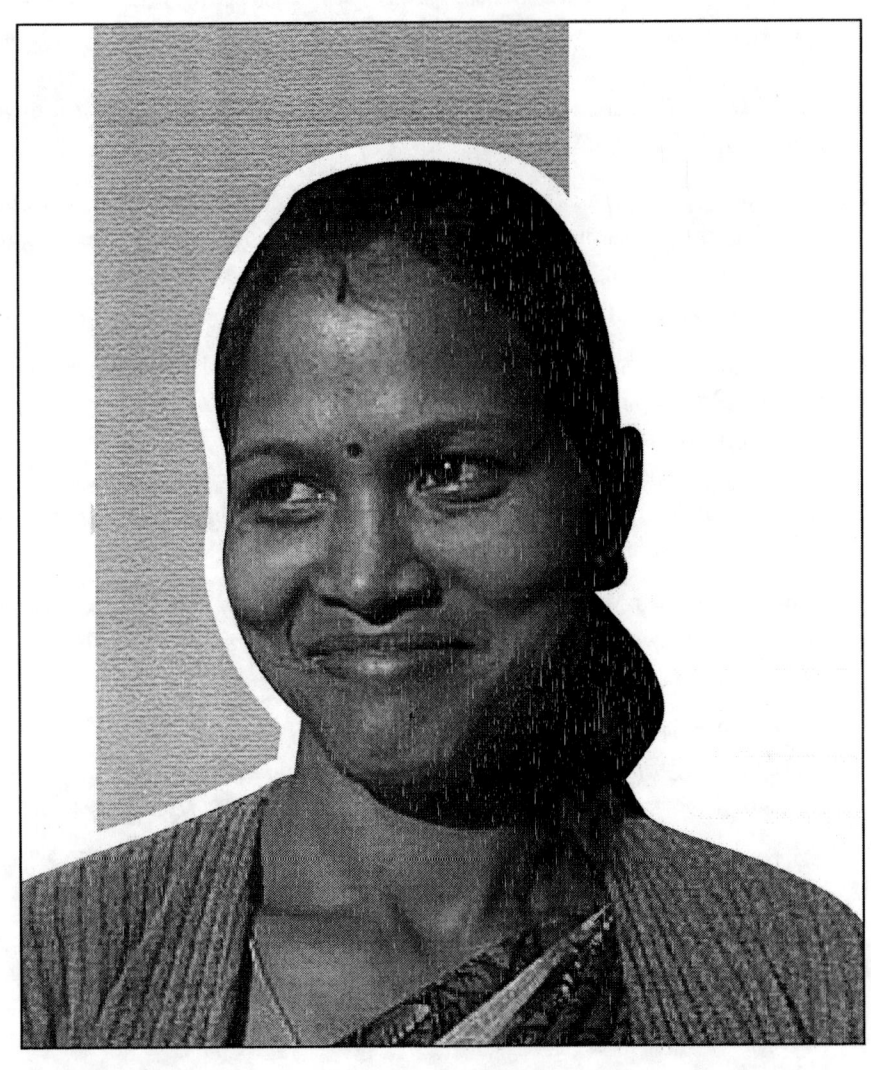

இவரது இரண்டு தயாரிப்புகளுக்கும் உள்ளூர் சந்தையில் ஏகப்பட்ட கிராக்கி இருக்கிறது.

"தயாரிப்பதோடு நின்றுவிட்டு, விற்பனைக்கு இடைத் தரகர்களை நாங்கள் நம்பியிருக்கவில்லை; நாங்களே நேரடியாக விற்கிறோம்; அதனால் எங்கள் லாபமும் கணிசமான அளவுக்கு உயர்ந்திருக்கிறது. வாடிக்கையாளர்கள் எங்களுடையதைப் போன்ற சிறு சந்தைகளுக்கு நேரடியாக வருவதையே நாங்கள் விரும்புகிறோம்" என்கிறார் சோபிடா டாமுல்லி.

ஆரம்பத்தில் இவருக்கு வரவேற்பு எப்படி இருந்ததாம்? முதலில் பலரும் அவநம்பிக்கையாகவே பார்த்திருக்கிறார்கள். ஆனால் காலம் செல்லச் செல்ல இப்போது ஏறக்குறைய மொத்த கிராமமுமே இவரை ஆதரித்து, இவரது தொழிலுக்கு பக்கபலமாக இருக்கிறது.

சிறுவயது முதலே ஏதாவது தொழில் செய்யவேண்டுமென்றும் எதைச் செய்வது என்று பலவிதமாக யோசித்தவாறே இருப்பதும் தமது வழக்கம் என்கிறார் சோபிடா. இவரது வெற்றிக்கு முக்கியமான காரணமாக இவர் சொல்லிக்கொள்வது தமது காலம் தவறாமையைத்தான். எப்போதும் காலம் தாழ்த்தாது எதையும் செய்வது தமது பலம் என்று பெருமைப்படுகிறார் சோபிடா.

மகளிர் சுய உதவிக்குழுவில் இருக்கும் பெண்களை அக்கம்பக்கமுள்ள கிராமங்களுக்குப் பொருட்களை எடுத்துக்கொண்டுபோய் விற்பனைசெய்ய ஊக்குவிக்கிறார் இவர்.

இந்த இரு பொருட்களோடு அகர்பத்தி தயாரிப்பையும் மேற்கொள்ளத் திட்டம் வைத்திருக்கிறார் சோபிடா. தன்னுடைய வெற்றியின் இனிய மணத்தை அகர்பத்தித் தயாரிப்பின் மூலம் மேலும் பரப்ப இருக்கிறார்.

சிறிய ஐடியாவைக்கூடச் செம்மையாக நடைமுறைப்படுத்தினால் தானும் உயர்ந்து தன்னைச் சுற்றியிருப்பவர்களுக்கும் உயர்வளிக்கலாம் என்பதற்கு சோபிடா டாமுல்லி நல்லதோர் உதாரணம்!.

30

கல்பனா சாவ்லா

விண்வெளி வீராங்கனை

இந்தியாவில் பிறந்து, விண்வெளி பற்றிய பல பட்டங்கள் பெற்று, தமது முதல் விண்வெளிப் பயணத்தில் 376 மணி 34 நிமிடங்கள் விண்ணிலே பறந்த வீராங்கனை அவர்; அந்தப் பயணத்தில் அவர் பயணித்த தூரம் 6.5 மில்லியன் மைல்கள்; அப்போது 252 முறை உலகையே அவர் விண்கலத்தில் வலம் வந்திருக்கிறார். சாதனைப் பக்கங்கள் நிரம்பிய அவரது வாழ்க்கைப் புத்தகம் இன்னொரு விண்வெளிப் பயணத்தில் ஏற்பட்ட தொழில்நுட்பக் கோளாறு காரணமாகக் கருகியே போனது. அந்த விண்வெளி வீராங்கனைதான் இந்தியாவின் ஹரியானா மாநிலத்தில் உள்ள கர்னால் என்ற இடத்தில் பிறந்தவரும் அமெரிக்க வாழ் இந்தியருமான கல்பனா சாவ்லா!

01.07.1961ல் பிறந்த இவர் அவர் குடும்பத்தில் கடைக்குட்டி. கல்பனா என்ற அவரது பெயருக்கு, ‘கற்பனை’ என்று பொருள். ஆம்! தம் வாழவையே விண்வெளிக்கு அற்பணிப்பதற்காகக் கற்பனை வளத்தோடு பல பயிற்சிகளையும் பெற்றுப் பல ஆராய்ச்சிகளையும் செய்த அவருக்கு இந்தப் பெயர் மிகப் பொருத்தமான ஒன்றுதான்! அவரைச் செல்லமாக கே.சி. என்று அழைப்பார்கள்.

குழந்தைப் பருவத்திலிருந்தே ஆகாய விமானங்களும் பறத்தலும் அவருக்கு மிக விருப்பம். அண்மையில் இருக்கும் பறக்கும் பயிற்சி நிறுவனங்களுக்குத் தமது தந்தையுடன் சென்று ஆர்வத்துடன் பார்ப்பார்.

பஞ்சாப் பொறியியற் கல்லூரியில் ஏரோநாட்டிகல் எஞ்சினீரிங் பட்டம் பெற்றார். பின்னர் அமெரிக்காவில் குடியேறி, அந்நாட்டுக் குடியுரிமையும் பெற்றார். டெக்ஸாஸ் பல்கலைக் கழகத்தில் முதுநிலைப் பட்டமும், 1988ஆம் ஆண்டு கொலராடோ பல்கலைக்கழகத்தில் ஏரோஸ்பேஸ் எஞ்சினீரிங் பிரிவில் முனைவர் பட்டமும் வாங்கினார். நாஸா விண்வெளி ஆராய்ச்சி நிறுவனத்தின் ஆமெஸ் ஆராய்ச்சி

மையத்தில் பணிபுரிய ஆரம்பித்தார். இவருக்கு கமர்ஷியல் பைலட் உரிமம் உண்டு. விமானம் மற்றும் கிளைடர்களை இயக்குவதற்குப் பயிற்சியளிக்கும் சான்றிதழும் பெற்றார்.

1994ஆம் ஆண்டில் விண்வெளிக்கு அனுப்பப்பட இவர் தேர்வானார். ஓராண்டு பயிற்சிக்குப் பிறகு ரோபோட்டிக்ஸ் சிச்சுவேஷனல் அவேர்னஸ் டிஸ்ப்ளே என்ற பிரிவில் தனிப் பயிற்சிபெற்றார்.

1997ஆம் ஆண்டு நவம்பரில் ஷிஜிஷி-87 என்னும் விண்கலத்தில் பறக்கும் வாய்ப்பு இவருக்குக் கிடைத்தது. அந்த விணகலத்தில் இருந்து ஸ்பார்ட்டன் என்னும் செயற்கைக் கோளை விண்ணில் ஏவினார். அது சூரியனின் வெளிப்புற அடுக்குகளை ஆராய்வதற்காக ஏவப்பட்டது. மென்பொருள் கோளாறு கரணமாக அந்தச் செயற்கைக் கோள் பழுதாக, விண்கலத்தில் இருந்த மூவர் விண்வெளியில் மிதந்து அதைச் சரிசெய்தனர்.

கல்பனாவின் முதல் விண்வெளிப் பயணம் வெற்றிகரமாக முடிந்தது. இரண்டாவது முறையாக ஷிஜிஷி-107 என்ற விண்கலத்தில் அவரது விண்வெளிப் பயணம் ஆரம்பமானது. 2003ஆம் ஆண்டு விண்ணில் பறக்கத் தொடங்கிய அந்த விண்கலத்தில் சென்ற கல்பனாவின் குழுவினர் தங்களது 16 நாட்கள் சுற்றுப் பயணத்தில் 80க்கும் மேற்பட்ட பரிசோதனைகளை விண்ணில் செய்தனர்.

01.02.2003 காலை அந்த விண்கலம் பூமிக்குத் திரும்பியது. கென்னடி விண்வெளி மையத்தில் தரையிறங்குவதுதான் பயணக் குழுவுக்கு வகுத்தளிக்கப்பட்டிருந்த திட்டம். பூமி மண்டலத்தில் விண்கலம் நுழையும்போது உருவாகும் வெப்பத்தை அந்த விண்கலத்தை மூடியிருக்கும் இன்சுலேஷன் எனப்படும் உறைதான் தடுக்கும். விண்கலம் பூமி மண்டலத்தில் நுழையும்போது அதை மூடியிருந்த உறைப் பகுதியில் ஒரு சிறிய பெட்டி அளவுள்ள பகுதி சிதைந்தது. விளைவு, வெப்பத்திலிருந்து விண்கலத்தின் இறக்கைப் பகுதியைப் பாதுகாக்கும் தொழில் நுட்பம் பாதிக்கப்பட்டது. வளி மண்டல்த்தில் நுழைகையில் கடும் வெப்பக் காற்று மோதி, விண்கலத்தின் இறக்கைப் பகுதி முற்றாகச் சிதைந்தது. தடுமாறிய விண்கலம் தத்தளித்துத் தடுமாறியது. ஒரு நிமிடத்துக்குள்ளாகவே கல்பனா சாவ்லா உட்பட, விண்கலத்தில் பயணம் செய்த 7 நபர்களும் மாண்டனர். டெக்ஸாஸ் மற்றும் லூசியானா அருகில் விண்கலம் சுக்குநூறாக வெடித்துச் சிதறியது. 1986ஆம் ஆண்டு சேலஞ்சர் விண்கலம் வெடித்ததற்குப்

KALPANA CHAWLA
NASA

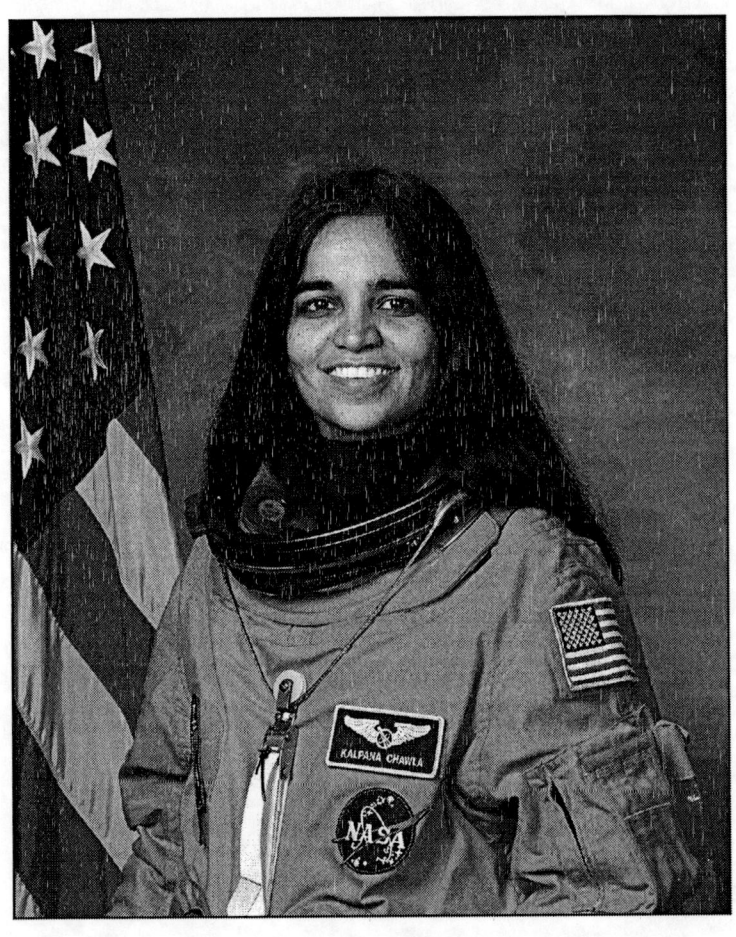

பின்னர் அடுத்த கோர விண்கல வெடிப்பு இதுதான். இந்த விபத்து தொடர்பாகப் பல குறும்படங்கள் வெளியாயின.

டெக்ஸாஸ் பல்கலைக்கழகம் கல்பனா சாவ்லாவுக்காக நினைவுச் சின்னம் ஒன்றை உருவாக்கியிருக்கிறது. அதில் விண்வெளி வீராங்கனையின் பறக்கும் உடை, புகைப்படங்கள் மற்றும் கல்பனா சாவ்லாவின் வாழ்க்கைக் குறிப்புகள் போன்றன இடம்பெற்றிருக்கின்றன.

இறப்புக்குப் பின்னர் கல்பனாவுக்கு காான்கிரஷனல் விண்வெளிப் பதக்கம் அளித்து கௌரவம் செய்யப்பட்டிருக்கிறது. இவரது நினைவாகப் பல சாலைகள், கட்டிடங்கள், குன்றுகள், விடுதிகள் போன்ற பலவற்றுக்கும் இவரது பெயர் சூட்டப்பட்டுள்ளது. இவரது பெயரில் பல விருதுகளும் வழங்கப்பட்டு வருகின்றன. பல உதவித்தொகைத் திட்டங்களுக்கும் இவர் பெயர் இடப்பட்டுள்ளது. இந்தியாவின் தேசிய வீரராகவே கல்பனா சாவ்லா கருதப் படுகிறார்.

31

துளசி கௌடா

(மர தேவதை)

துளசி கௌடா, கர்நாடகா மாநிலத்தின் அன்கோலா தாலூகாவைச் சேர்ந்தவர். படிப்பறிவு அற்ற இவர் 40,000க்கும் அதிகமாக மரக் கன்றுகளை நட்டிருக்கிறார். வனத் துறையின் நாற்றங்கால்களைப் பராமரிக்கிறார். இவரது சேவை பல அமைப்புகளாலும் பாராட்டப்பட்டிருக்கிறது. இந்திய அரசு பொதுமக்களுக்கக வழங்கும் நான்காவது உயரிய விருதான பத்ம ஸ்ரீ விருது, சுற்றுச் சூழல் மேம்பாட்டுக்காக இவர் புரிந்த அரிய தொண்டுக்காக, 2020ஆம் ஆண்டு குடியரசு தினத்தன்று வழங்கப்பட்டிருக்கிறது.

தாம் நட்டு வளர்ந்து தோப்புகளாகியிருக்கும் பகுதிகளில் பாரம்பரியமான முறையில் சேலையணிந்து, காலணி அணியாமல் நடக்கும் இவர் பள்ளிக்குச் செல்லவில்லையே தவிர புளி, தைல மரம் போன்ற பல மரங்களின் வளர்ப்பு முறைகளையும் விரல் நுனியில் வைத்திருக்கிறார். உள்ளூர் மர இனங்களை வளர்ப்பதில் தனி கவனம் செலுத்துகிறார். சுற்றுச் சூழல் ஆர்வலர்கள் இவரை, ‘வனங்களின் களஞ்சியம்’ என்று அழைக்கிறார்கள். இவர் சார்ந்திருக்கும் ஹலாக்கி ஒக்கலிகா சமூகத்தினர் அன்போடு இவரை ‘மர தேவதை’ என்று கொண்டாடுகிறார்கள்.

துளசி என்ற அவரது பெயரே புனிதமான ஒரு தாவரத்தின் பெயர்தான். லக்ஷ்மி தேவியின் அம்சமாக துளசிச் செடி கருதப்படுகிறது. பல விதமான மருத்துவ குணங்களும் நிரம்பியது துளசி.

மிக ஏழ்மையான குடும்பத்தில் துளசி பிறந்தார்; மூன்றாவது வயதில் தந்தையை இழந்தார்; பன்னிரண்டாம் வயதில் திருமணம் ஆனது; விரைவிலேயே கணவரும் இறந்துவிட்டார். தாயாரோடும் சகோதரிகளுடனும் கர்நாடகா வனத் துறையில் தினக் கூலியாக மிக இளம் வயதிலேயே வேலைக்குப் போனார். முளைப்பதற்காகப் பாத்திகளில் இடப்பட்டிருக்கும் விதைகளைப் பராமரிப்பதுதான்

இவரது அப்போதைய பணி. தமக்கிட்ட பணியை சிறப்பாகக் கற்று விதைநேர்த்தி விவரங்களை நன்கு தேர்ச்சிபெற்றார்.

அழிந்து வரும் உள்ளூர் இனங்களை வாழ்விக்கக் கடுமையாக உழைத்தார். பல மர இனங்களில் நல்ல தரமான விதைகளை உற்பத்தி செய்யும் 'தாய் மரங்களை' வனப் பகுதியில் கண்டறிந்தார். அந்த வகை மரங்களில் இருந்து பெறப்பட்ட விதைகளின் முளைப்புத் திறன் அதிகமாக இருந்தது. கிடைத்த நாற்றுகளும் தரமானவையாக இருந்தன.

ஒரு மரம் எப்போது பூக்கும், எப்போது காய்விடும் என்பனவற்றில் அபாரமான அறிவு துளசிக்கு இருந்தது. தக்க தருணத்தில் விதைகளைச் சேகரிப்பார்.

ஒரு முறை நிலச் சுவான்தார் ஒருவரின் தோட்டத்தில் இருந்த மரம் ஒன்றின் பழத்தைப் பறித்துவிட்டதற்காக இவரது இனத்தைச் சேர்ந்த ஒருவரைத் துப்பாக்கி முனையில் மிரட்டி விரட்டி அடித்திருக்கிறார் அந்த நிலச்சுவான்தார். பாதிக்கப்பட்ட நபருக்காகக் கொதித்தெழுந்து போராடியிருக்கிறார் துளசி.

84 வயதாகும் துளசி கௌடாவுக்குத் தாம் மொத்தம் எத்தனை மரக் கன்றுகள் நட்டோம் எனச் சரியாகச் சொல்லத் தெரியவில்லை. நிச்சயம் 40,000க்கும் அதிகமாக அவை இருக்கும் எனச் சுற்றுச் சூழல் ஆர்வலர்கள் சொல்கின்றனர்.

செடிகளை நடும்போதும், அவற்றை வளர்க்கும்போதும் மன நிறைவை உணர்வதாக துளசி தெரிவிக்கிறார். கர்நாடக வனத் துறையின் மரம் நடவுப் பணிகளில் விருப்பத்தோடு ஈடுபடுகிறார். அவரது அர்ப்பணிப்பை உணர்ந்த கர்நாடகா அரசு மரம் நடவு நிரந்தப் பணியில் இவரை நியமித்தது.

ஓய்வுபெற்றுவிட்டாலும், சிறந்த விதைகளைக் கண்டால் சேகரித்து வனத் துறைக்குக் கொடுத்துவருகிறார். தமக்குக் கிடைக்கும் சொற்ப ஓய்வூதியத்தில் நிறைவான வாழ்க்கை வாழ்ந்துவருகிறார். மரங்கள், பூக்கள், விதைகள ஆகியன பற்றிய விழிப்புணர்வைக் குழந்தைகளிடம் தொடர்ந்து ஏற்படுத்துகிறார். வனங்களைப் பாதுகாப்பதன் அவசியத்தையும் வலியுறுத்திவருகிறார். ஒவ்வொரு குழந்தையும் விதைகளை முளைக்கவிட்டுச் செடியாக்கி, மரமாக்கிப் பார்க்கவேண்டும் என்பது இவர் கருத்து.

வேட்டைத் தடுப்பிலும் கவனம் செலுத்துகிறார். வனத்தில் தீ ஏற்படும்போது அதை அணைக்கும் முயற்சியிலும் தம்மை ஈடுபடுத்திக்கொள்கிறார்.

A.N. எல்லப்ப ரெட்டி ஐ.எஃப்.எஸ் என்னும் வனத்துறை உயர் அலுவலர் துளசி கௌடாவைப் பற்றிப் பின்வருமாறு சொல்கிறார்:

"துளசி கௌடாவின் பங்களிப்பு விலைமதிப்பு மிக்கது. அவரைக் காலணி அணியாத சூழல் விஞ்ஞானி எனவே நான் சொல்வேன். 90%க்கும் மேற்பட்ட மர இன வளர்ப்பில் சிக்கல்கள் உள்ளன. இவையனைத்தும் துளசிக்கு மிக நன்றாகத் தெரியும். அவருக்குக் காட்டின் மொழி தெரியும்; மரங்களின் மொழியும் புரியும். அவற்றின் முளைதிறன் மொழி, உயிர்வாழும் ஆற்றல் மற்றும் அனைத்துத் தொழில்நுட்பங்களும் அவருக்குத் தெரியும். அவற்றை விவரிக்க அவருக்குத் தெரியாது; ஆனால் அவை அனைத்தையும் அவர் உணர்கிறார். அதுதான் ஆச்சரியம்!"

பதமஸ்ரீ விருதுடன், கர்நாடகா மாநிலத்தின் ராஜ்யோத்ஸவா விருது, இந்திரா பிரியதர்ஷினி விருக்?ஷ மித்ரா விருது, இண்டவாலு ஹெச்.ஹொன்னய்யா சமாஜ் சேவா விருது மற்றும் ஸ்ரீமதி கவிதா ஸ்மாரக் விருது ஆகியவற்றையும் பெற்றிருக்கிறார் துளசி கௌடா.

32

அவனி லெஹரா

(பாரா ஒலிம்பிக்ஸில் இரட்டைப் பதக்கம் பெற்ற முதல் இந்தியப் பெண் சாதனையாளர்)

உலக அளவிலான போட்டிகளில் பெண்கள் பங்குபெறுவது சிறப்பு. அதிலும் பேரா ஒலிம்பிக்ஸ் போன்ற போட்டிகளில் பங்குபெறும் பெண் ஒருவர் வெற்றி பெறுவது மிகவும் சிறப்பு. டோக்கியோவில் நடைபெற்ற பேரா ஒலிம்பிக்ஸ் போட்டிகளில் இந்தியப் பெண் ஒருவருக்குத் துப்பாக்கி சுடுதலில் வெற்றிபெற்றதால் கிடைத்த பதக்கங்கள் ஒன்றல்ல; இரண்டு என்பது சிறப்பினும் சிறப்பு. அவர் உடற்குறையுள்ள மாற்றுத்திறனாளி என்பது வியக்கவைக்கும் மாபெரும் சிறப்பு!

யார் அந்தப் பெருமைக்குரிய இந்திய வீராங்கனை?

அவர்தான் அவனி லெஹரா. இவருக்கு வயது 19. ராஜஸ்தான் மாநிலத்தைச் சேர்ந்தவர். 2012 ஆம் ஆண்டில், தமது 11ஆவது வயதில், கார் விபத்து ஒன்றில் சிக்கினார். முதுகுத் தண்டுவடம் பாதிக்கப்பட்டது. கால்கள் இயங்கவில்லை; சுயமாக நடமாடும் இயல்பு பறிபோனது; மாற்றுத் திறனாளி ஆகிப்போனார்; இருந்தும் மனம் தளரவில்லை; தந்தையாரின் ஊக்கத்தால் தொடர்ந்து பயிற்சிபெற்றார். ஜெய்ப்பூர் நகரில் இருக்கும் ஜகத்புரா திடலில் தமது பயிற்சியினைத் தொடர்ந்தார்.

அவனி விபத்துக்குள்ளாகி நடமாட இயலாத நிலையில் இருந்த காலகட்டத்தை அவருடைய தகப்பனார் பிரவீன் லெஹரா நினைவுகூரும்போது, "அவனி மிகவும் கோபமாக இருந்தார். யாரிடமும் பேச அவர் விரும்பவில்லை. ஒரு மாறுதலுக்காக அவரை ஜகத்புரா துப்பாக்கிசுடும்பயிற்சிக்களத்துக்கு அழைத்துச்சென்றேன். அங்கேதான் அவருக்கு துப்பக்கி சுடுவதில் ஆரவம் ஏற்பட்டது" என்கிறார். டோக்கியோவில் நடைபெறும் மாற்றுத் திறனாளிகளுக்கான 16ஆவது போட்டிகளில் இந்தியா சார்பாகப் பங்கேற்ற 54 பேர்களில் அவனி லெஹராவும் ஒருவர்.

மகளிர் துப்பாக்கி சுடும் போட்டியில் 10 மீட்டர் ஏர் ரைஃபிள் போட்டியில் அவனிக்குத் தங்கப் பதக்கம் கிடைத்தது. இதுவே பேரா ஒலிம்பிக்ஸில் இந்தியாவுக்கு மகளிர் பிரிவில் கிடைத்த முதல் தங்கப் பதக்கம். இதில் இன்னொரு சாதனையும் உண்டு.

10 மீட்டர் ஏர் ரைஃபிள் SH1 என்னும் போட்டிப் பிரிவில் இவர் 249.6 புள்ளைகளைபெற்றார். இது உலக சாதனையைச் சமன்செய்யும் விதமாக அமைந்தது. பேரா ஒலிம்பிக்கில் இது ஒரு சாதனை.

அடுத்ததாக, மகளிர் துப்பாக்கி சுடும் போட்டியில் 50 மீட்டர் ஏர் ரைஃபிள் பிரிவுக்கான போட்டியில் அவனிக்கு வெண்கலப் பதக்கம் கிடைத்தது. இதில் இவருக்குக் கிடைத்த புள்ளிகள் 445.9.

இந்தச் சாதனை, ஒரே பாரா ஒலிம்பிக் தொடரில் இரண்டு பதக்கங்களை வென்ற முதல் இந்திய வீராங்கனை என்ற சிறப்பினை அவருக்குக் கொடுத்திருக்கிறது.

இவருக்கு முன்னர் ஜோஹிந்தர் சிங் சோதி என்பவர்தான் ஒரே பாரா ஒலிம்பிக் போட்டிகளில் ஒன்றுக்கும் மேற்பட்ட பதக்கங்களை வாங்கிய ஆண் இந்தியர். 1984 ஆம் ஆண்டு நடைபெற்ற பாரா ஒலிம்பிக் போட்டிகளில் குண்டு எறிதல் பிரிவில் வெள்ளிப் பதக்கமும், வட்டு எறிதல் மற்றும் ஈட்டி எறிதல் பிரிவுகளில் தலா ஒரு வெண்கலப் பதக்கமும் இவர் பெற்றிருந்தார்.

தேவேந்திர ஜஹாரியா என்பவரும் பாரா ஒலிம்பிக் போட்டிகளில் ஒன்றுக்கு மேற்பட்ட பதக்கங்களை வென்றவர்தான். ஆனால் வெவ்வேறு பாரா ஒலிம்பிக் தொடர்களில் அவருக்குப் பதக்கங்கள் கிடைத்திருக்கின்றன.

அவ்னி தமது வெற்றி பற்றிக் குறிப்பிடுகையில், “இறுதிச் சுற்று மிகவும் கடினமாக இருந்தது. வெண்கலப் பதக்கம் பெற்றது எனக்கு மகிழ்ச்சியே! இதைக் காட்டிலும் சிறப்பாக நான் செயலாற்றி இருந்திருக்கவேண்டும்” என்கிறார்.

மேலும், வெற்றி விழாக் கொண்டாட்டத்தின்போது பேசுகையில், “என்னுடைய முதல் பேரா ஒலிம்பிக் போட்டிகளிலேயே இரண்டு பதக்கங்களை வென்றது பரவசமான அனுபவமாக இருக்கிறது. நான் வெற்றிபெற்ற இரு போட்டிகளுமே எனக்கு மிகவும் விருப்பமானவை. பல மாதங்களாக இந்த இரு போட்டிகளிலும் வெல்வதற்குக் கடினமான பயிற்சிகளை எடுத்துவந்தேன். கடைசியாகச் சுடும்போது

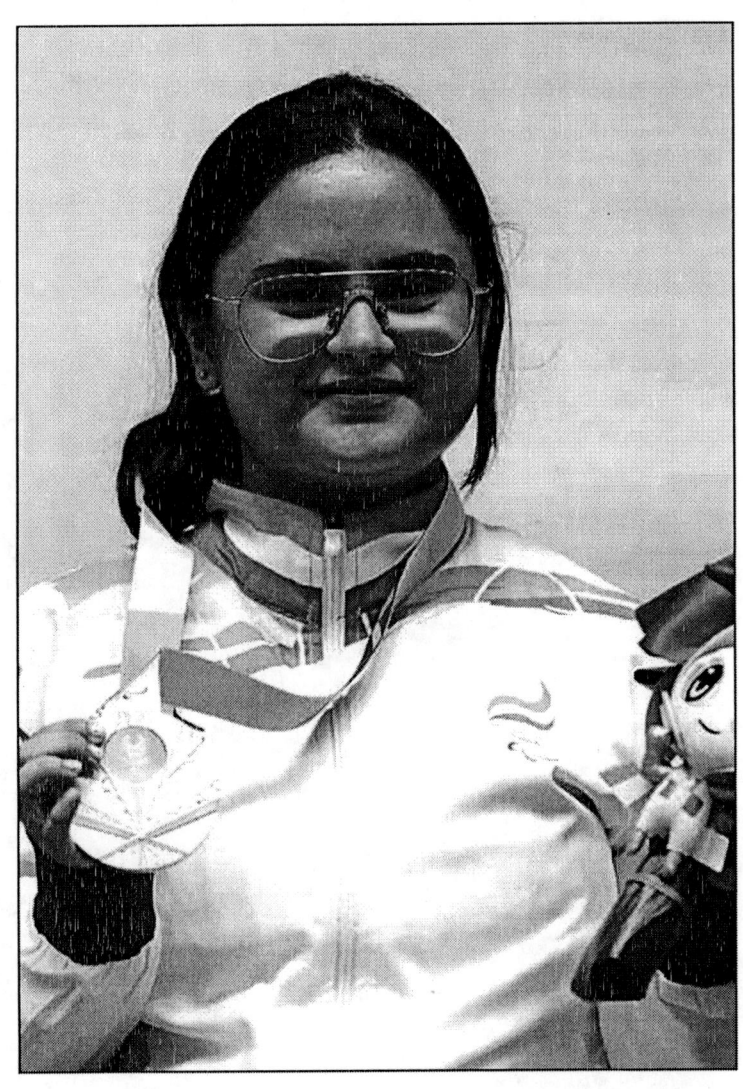

என்னுடைய முழுத் திறமையையும் பயன்படுத்தினேன். இன்னும் நான் கடக்கவேண்டிய பாதை மிகவும் நீண்டது. இந்த முறையைக் காட்டிலும் மிகச் சிறப்பாக அடுத்த முறை செயலாற்றுவேன். கவனச் சிதறல்களைத் தவிர்த்து என்னுடையை 100% திறமையும் பயன்படுத்துவேன்" என்றார்.

இவருக்குப் பயிற்சியளித்தவர் சுமா சித்தார்த் ஷிரூர் என்பவர். முன்னாள் ஒலிம்பிக் சேம்பியன் அபிநவ் பிந்த்ராதான் அவனிக்கு ரோல் மாடல்.

அவனி லெஹரா வெண்கலப் பதக்கம் பெற்றவுடன் இந்தியப் பிரதமர் நரேந்திரமோடி அவர்கள் தமது ட்விட்டர் பக்கத்தில், *Congratulations to her on bringing home the Bronze medal. Wishing her the very best for her future endeavours. More glory at the Tokyo Paralympics. Elated by the stupendous performance of @AvaniLekhara.* எனப் பாராட்டியிருக்கிறார்.

33

ஷெரீன் ரட்னாகர்

(சாதனை படைத்த பெண் தொல்பொருள் ஆராய்ச்சியாளர்)

தொல்பொருள் ஆராய்ச்சி என்பது சவால்கள் நிரம்பிய பணி. கூர்மையான அறிவு, கைதேர்ந்த தொழில்நுட்பம், பரந்துபட்ட அனுபவம், அதீதமான பொறுமை போன்றன தொல்பொருள் ஆராய்ச்சியாளர்களுக்கு இருக்கவேண்டிய முக்கியமான சில தலைமைப் பண்புகள். இந்தத் துறையில் ஆண்களே அதிகம் ஈட்டுபட்டுள்ளனர். அரிதினும் அரிதாக ஒரு சில பெண்களே இந்தத் துறையில் ஈடுபட்டதோடல்லாமல் சாதனைகளையும் செய்துகாண்பித்துள்ளனர். அவர்களில் ஒருவர்தான் ஷெரீன் ரட்னாகர். ஜேன் டயுலாஃபோய், ஜெர்ட்ருடே பெல்ல், ஹார்ரியெட் பாய்ட் ஹாவ்ஸ், காத்லீன் கென்யான், டடியானா ப்ரொஸ்கௌரியாகோஃப் மற்றும் ஹாவ்கெஸ் போன்ற வெகு சில பெண்களே இவருக்கு முன்னர் இந்தத் துறையில் இருந்தவர்கள் எனலாம்.

ஹரப்பா - சிந்து சமவெளி நாகரிக காலத்தில் போர்கள் நிகழ்ந்தனவா, சாதியக் கட்டமைப்புகள் இருந்தனவா என்பன போன்ற கேள்விகளுக்கு ஆராய்ச்சிகள் மூலம் விடைகாண முயற்சிசெய்கிறார் ஷெரீன் ரட்னாகர்.

பூனாவில் இருக்கும் டெக்கான் கல்லூரியில் பயின்றவர் ஷெரீன். லண்டனில் இருக்கும் இன்ஸ்டிட்யூட் ஆஃப் ஆர்க்கியாலஜியில் மெசபடோமியா தொல்பொருள் ஆராய்ச்சிப் படிப்பை மேற்கொண்டார்.

டெல்லியில் இருக்கும் ஜவஹர்லால் நேரு பல்கலைக்கழகத்தின் தொல்பொருள் ஆராய்ச்சி மற்றும் பழங்காலச் சரித்திரப் பிரிவில் பேராசிரியராகப் பணியாற்றியிருக்கிறார்.

அதன் பிறகு தனது பேராசிரியர் பதவியை விட்டு விலகினார். பின்னர் பல்வேறு இடங்களில் தமது ஆராய்ச்சிப் பணிகளைத் தொடர்ந்தார்; வகுப்புகளையும் எடுத்தார்.

அவரது விருப்பத் தேர்வாக, சரித்திரத்தில் உள்ள 'வெண்கலக் காலம்' இருந்தது. அக்காலத்தில் நடைபெற்ற வணிக நடைமுறைகள், நகர அமைப்பு முறை, மேய்ச்சல், சமுதாய மக்களின் வாழ்வியல் போன்றவற்றை அறிந்துகொள்வதில் தனிக் கவனம் செலுத்தினார். ஆரம்பகால சமுதாயத்தினர் கற்றறிந்திருந்த தொழில்நுட்பங்களை ஆராய்வதிலும் அவரது கவனம் சென்றது. தொல்பொருள் ஆராய்ச்சி தொடர்பாக அவர் விரிவாகப் பல நூல்களை எழுதியிருக்கிறார். ஆதாரங்களோடு அவை அமைந்திருந்ததுதான் சிறப்பான அம்சமாகும். இவருடைய ஒவ்வொரு புத்தகமும் பல பதிப்புகள் வந்திருக்கின்றன.

அவரது புத்தகங்கள் மாணவர்கள், ஆசிரியர்கள் மற்றும் ஆராய்ச்சியாளர்களால் பெரிதும் படிக்கப்பட்டன. சாதாரண வாசகனுக்கும் ஆர்வத்தைத் தூண்டும் விதமாக ஷெரீன் ரட்னாகரின் எழுத்துக்கள் வசீகரம் மிக்கதாக இருந்தன. அவரது நடை எளிமையானதாகவும் இனிய வாசிப்பானுபவம் தருவதாகவும் இருக்கிறது.

2000ஆம் ஆண்டில் ஓய்வுபெற்ற பிறகு மும்பையில் குடியேறிய அவர் தற்போது சுதந்திரமான ஆராய்ச்சியாளராகத் திகழ்கிறார்.

சிந்து சமவெளி நாகரிக காலத்தின் இறுதி பற்றிய அவரது கண்டுபிடிப்புகள் கூர்ந்துநோக்கத்தக்கன. அவர் எழுதியிருக்கும்பல நூல்களில் 'அண்டர்ஸ்டேண்டிங் ஹரப்பா', 'தி எண்ட் ஆஃப் கிரேட் ஹரப்பன் ட்ரடிஷன்', 'தி அதர் இண்டியன்ஸ்' போன்றன மிகச் சிறந்த படைப்புகளாகும்.

அதிகம் வெளியில் தெரியப்படாமலேயே இருந்த ஷெரீன் வெளிச்சத்துக்கு வந்தது அயோத்தி பிரச்னையின்போதுதான்.

ஆர்க்கியலாஜிகல் சொசைட்டி ஆஃப் இந்தியா மூலம் பாபர் மசூதி பகுதியில் அகழ்வாராய்வு செய்யப்பட்ட பொருட்களை ஆராய்வதற்காக டி.மேண்டல் என்னும் ஆராய்ச்சியாளருடன் 2003 ஆம் ஆண்டு ஒரு நாள் சென்றிருந்தார். அந்த ஆய்வுக்குப் பின்னர் இரு தொல்பொருள் ஆராய்ச்சியாளர்களும் 'Ayodhya:Archaeology after Excavation' என்ற தலைப்பில் மிக நுணுக்கமான ஆய்வறிக்கையை அளித்தனர். அதன் பின்னர் 2010ஆம் ஆண்டில் அலஹாபாத் உயர்நீதிமன்றத்தில் நடைபெற்ற ராம ஜென்ம பூமி வழக்கில் ஸன்னி வக்ஃப் போர்ட் சார்பில் நிபுணத்துவம் பெற்ற சாட்சிகளாக அவர்கள் விசாரிக்கப்பட்டனர்.

இதன் பின்னர் மீண்டும் அவர் வெளிச்சத்துக்கு வந்தது அஷுடோஷ் கோவாரிக்கரின் , 'மொஹஞ்ச தாரோ' படம் வெளியானபோதுதான். அந்தப் படத்தில் பல வரலாற்றுப் பிழைகளும், சமஸ்கிருதச் சொல்லாடல்களும், குதிரைகள் தோன்றும் காட்சிகளும் மலிந்திருப்பதாகச் சர்ச்சை எழுந்தது. அந்தச் சமயத்தில் பல பத்திரிகையாளர்களும் அந்த விஷயங்கள் பற்றிய ஷெரீனுடைய கருத்துக்களைக் கேட்க முற்பட்டனர். அவருடைய கருத்துக்களுக்கு அவ்வளவு மதிப்பிருந்தது!

குதிரையின் எலும்புக்கூடுகளோ அல்லது சேணத்தின் பகுதிகளோ ஹரப்பா நாகரிக காலத்தில் கண்டெடுக்கப்படவில்லை என்பதை ஆணித்தரமாகச் சொன்னார் ஷெரீன் ரட்னாகர்.

வயதான பின்னரும் சலிக்காமல் தமது தொல்பொருள் ஆராய்ச்சிக்காகப் பல இடங்களுக்கும் இன்னமும் ஓயாமல் பயணம் செய்கிறார்; கடந்துபோன சரித்திர காலங்களின்மீது புதிய வெளிச்சங்களைப் பாய்ச்சத் தீவிரமாக உழைத்துவருகிறார்; தமது ஆய்வுக் குறிப்புகளைப் பதிவுசெய்தும்வருகிறார் ஷெரீன் ரட்னாகர்!

34

சுஹானி ஷா

(இந்தியாவின் முதல் பெண் மாயாஜால நிபுணர்)

மாயா ஜால வித்தை என்பது அனைவரையும் கவரக்கூடிய ஒன்று. சிறிய நிகழ்ச்சிகள் முதல் மாபெரும் மாயாஜால நிகழ்ச்சிகள் வரை அவற்றை நடத்துபவர்கள் ஆண்களாகவே இருப்பதைப் பார்க்கலாம். இந்தத் துறையிலும் ஈடுபட்டுக் கடந்த இருபதாண்டுகளாகச் சாதனை புரிந்து வருகிறார், 'இந்தியாவின் முதல் பெண் மாயாஜால நிபுணர்' என்ற சிறப்பைப் பெற்றிருக்கும் சுஹானி ஷா.

இவரது முதல் மேடை நிகழ்ச்சி அஹமதாபாத்திலிருக்கும் தோகோர்பாய் தேசாய் அரங்கத்தில் நடைபெற்றது. அப்போது இவருக்கு வயது ஏழு மட்டுமே! அந்தச் சமயத்தில் தமக்குத் துளிகூட மேடையைக் குறித்தான அச்சம் இல்லையென்றும் சொல்கிறார்.

'உலகிலேயே மிக இளவயது மாயாஜால நிபுணர்' என்று இவரது பெயர் கின்னஸ் சாதனைப் புத்தகத்தில் இடம்பெற்றிருக்கிறது.

பல விருதுகளையும் இவர் பெற்றிருக்கிறார். ஜாதூபாரி (மாயாஜால தேவதை) என்ற பட்டம் இவருக்கு வழங்கப்பட்டிருக்கிறது. இதுவரை 5,000க்கும் மேற்பட்ட நிகழ்ச்சிகளை இவர் நடத்தியிருக்கிறார்.

சுஹானி ஷா, ராஜஸ்தான் மாநிலத்தில் இருக்கும் உதய்பூரில் ஒரு நடுத்தரக் குடும்பத்தில் 29.01.1990 அன்று பிறந்தார். இவரது தந்தை சந்திரகாந்த் ஷா ஃபிட்னஸ் ஆலோசகர் மற்றும் பயிற்சியாளர். தாயார் ஸ்னேஹலதா ஷா குடும்பத் தலைவி. சுஹானிக்கு ஒரு சகோதரரும் இருக்கிறார்.

தம்மைத் தந்திரங்கள் செய்பவர் என அழைப்பதைவிட 'மந்திரவாதி ' என்று அழைப்பதையே பெரிதும் விரும்புவதாக சுஹானி ஷா சொல்கிறார். இளவயதில் பலரும் தேர்ந்தெடுக்க விரும்பும் துறைகளான பொறியியல், மருத்துவம், வங்கிப் பணிகள் போன்ற எதுவும் சுஹானிக்கு ஈர்ப்பை ஏற்படுத்தவில்லை.

வழக்கத்துக்கு மாறானதும், தனித்துவம் நிரம்பியதாகவும், சவால்கள் உடையதாகவும் இருக்கும் மாயாஜாலத்தை ஏன் தமது தொழிலாக இவர் தேர்ந்தெடுத்திருக்கிறார்?

"ஏனென்றால் மற்ற அனைவரும் பிற துறைகள் அனைத்தையும் தேர்வு செய்வதால், நான் இதைத் தேர்ந்தெடுத்தேன்" என்கிறார்.

"எனக்கு அப்போது 4 அல்லது 5 வயதிருக்கும். மாயாஜால நிகழ்ச்சி ஒன்றை நான் பார்த்தேன். அது எனக்கு மிகவும் பரவசத்தை ஏற்படுத்தியது. மறுபடி மறுபடி அதுபோல நிகழ்ச்சிகளைப் பார்க்கும் ஆர்வத்தைவிட, நானே அப்படிஒரு நிகழ்ச்சியைச் செய்துகாண்பிக்கும் ஆர்வம் மேலோங்கியது. எனது பெற்றோரிடம் எனது விருப்பத்தைச் சொல்லி நச்சரித்தேன். அவர்களும் சம்மதித்தனர்" என்கிறார் சிரித்துக்கொண்டே.

இவருக்குப் பள்ளியில் சென்று கல்வி கற்பது மிகவும் சிரமமாக இருந்திருக்கிறது. காரணம் உள்நாட்டிலும் வெளிநாடுகளிலும் பல நிகழ்ச்சிகளில் இவர் அடிக்கடி கலந்துகொள்ளவேண்டியிருந்ததுதான். எனவே அப்போதே, 'வீட்டிலிருந்து கல்வி கற்கும் முறை'யை இவர் பின்பற்றவேண்டிவந்தது. பள்ளிப் படிப்பைத் துறந்து மேடை நிகழ்ச்சிக்கு முக்கியத்துவம் கொடுத்ததற்காகக் கொஞ்சம்கூட இவர் வருத்தப்பட்டதில்லை. "பள்ளிப் படிப்பைவிட எனது அனுபவங்களே எனக்கு அதிகமான அறிவைக் கொடுத்திருக்கின்றன" என்பது சுஹானியின் வாதம்.

ஒவ்வொரு பெண்ணுக்கும் இத்தகைய சுதந்திரம் அளிக்கப்படவேண்டும். ஓரளவு ஆரம்பக் கல்வி அவசியம்தான். ஆனால் பள்ளிக்குச் சென்று படித்தே ஆகவேண்டும் என்ற கட்டாயம் இல்லை. வீட்டிலிருந்தும் படிக்கலாம் என்பது சுஹானி ஷாவின் கருத்து.

சாதிக்கப் பிறந்ததாகச் சொல்லிக்கொள்ளும் இவர், தமது பத்தாவது வயதிலேயே கணிப்பொறியியலில் பட்டயப் படிப்பை முடித்திருக்கிறார். மாநில அளவிலான நீச்சல் போட்டிகளிலும் பங்குபெற்றிருக்கிறார். நாய்கள் வளர்ப்பதிலும் இவருக்கு ஆர்வம் உண்டு.

மாயாஜாலம் என்பது வெறும் கயிற்றைக்கொண்டும் சீட்டுக்களைக்கொண்டும் செய்யும் வித்தை மட்டும் அல்ல; எப்படி நடனத்தில் பல வகைகள் இருக்கின்றனவோ அதே போல மாயாஜாலத்திலும் மெண்டலிஸம், எஸ்கேபிஸம், இல்யூஷன், க்ளோஸ்

அப், பிளைண்ட்ஃபோல்ட், ஸ்ட்ரீட், காஞ்சூரிங் எனப் பல பிரிவுகள் இருக்கின்றன என்பது இவரது கருத்து.

அவருடன் கொஞ்ச நேரம் பேசிக்கொண்டிருந்தால் உங்கள் மனதுக்குப் பிடித்தவரின் பெயரை அவரால் சொல்லமுடியும்! இணையத்தில் அவரது இந்தக் காணொளி வைரலாகப் பரவுகிறது.

மனோதத்துவ நிபுணர், பெரும் நிறுவனப் பணியாளர்களுக்குப் பயிற்சியளிப்பவர், எழுத்தாளர், ஆலோசகர் எனப் பலமுகங்கள் சுஹானி ஷாவுக்கு இருக்கின்றன. உளவியலும் மாயாஜாலமும் எப்படி ஒன்றுடன் ஒன்று பின்னிப் பிணைந்திருக்கின்றன என்பது பற்றிப் பல காணொளிகளிலும் பேசிவருகிறார்.

"மாயாஜாலம் மக்களை நன்கு புரிந்துகொள்ள எனக்கு உதவுகிறது; அதன் மூலம் அவர்களது பிரச்னைகளைத் தீர்க்கவும், உத்வேகமூட்டவும் உதவிட எனக்குப் பாதை கிடைக்கிறது" என்பது சுஹானியின் கருத்து. கோவாவில், 'சுஹானி மைண்ட்கேர்' என்ற பெயரில் மனநல ஆலோசனை மையமும் நடத்துகிறார். பலருக்கும் ஆலோசனைகள் சொல்வதும் மனதளவுக்கான சிகிச்சைகள் அளிப்பதும் இவரது லட்சியங்களாகத் திகழ்கின்றன. ஏற்கெனவே விதி, கர்ம வினைகள் போன்ற தலைப்புகளில் ஐந்து புத்தகங்கள் எழுதியிருக்கும் இவர், இன்னும் பல புத்தகங்களை எழுதும் ஆர்வத்தில் இருக்கிறார்.

இவரது இன்ஸ்டாகிராம் கணக்கில் இவரை 2,25,000 பேர் தொடர்கிறார்கள் என்றால் பார்த்துக்கொள்ளுங்களேன்!

35

சந்திரிமா ஷாஹா

(கிரிக்கெட்டிலும் அறிவியலிலும் கில்லி)

கிரிக்கெட் ஆண்களுக்கான விளையாட்டு என்றே பொதுவாகப் பெரும்பாலும் புரிந்துகொள்ளப்பட்டிருக்கிறது. மேற்கு வங்கத்தின் முதல் பெண்கள் கிரிக்கெட் அணியின் வைஸ் கேப்டன் என்ற பெருமையைப் பெற்றிருப்பவர் முனைவர் சந்திரிமா ஷாஹா. ஆல் இண்டியா ரேடியோவின் முதல் பெண் கிரிக்கெட் வர்ணனையாளரும் இவரே! ஆனால் இதையெல்லாம் தாண்டிய பெருமைகள் பலவும் இவருக்கு உண்டு.

உலக அறிவியல் கழகத்தின் (World Academy of Sciences) உறுப்பினராகவும், மேற்கு வங்க அறிவியல் மற்றும் தொழில்நுட்பக் கழகத்தின் உறுப்பினராகவும் செயலாற்றுகிறார்.

14.10.1952ஆம் ஆண்டு பிறந்தார் சந்திரிமா. இவரது தகப்பனார் ஒரு புகைப்படக் கலைஞர். ரவீந்திரநாத் தாகூரின் கடைசிக் காலங்களில் அவரை இவர் எடுத்த புகைப்படங்கள் மிக அரிதானவை. சந்திரிமாவின் தாயார் இல்லத்தரசி; ஓவியரும்கூட. பெண்ணியச் சிந்தனைகள் கொண்டவர். சிறு வயது முதலே அறிவியல் பற்றிய ஆர்வத்தைத் தமக்குப் பெற்றோர் ஊட்டி வளர்த்ததாக சந்திரிமா குறிப்பிடுகிறார். "என்னுடைய தந்தையால் அறிவியல் சார்ந்த துறையில் ஈடுபட முடியவில்லை. ஆனால் அந்தத் துறையில் நான் பிரகாசிக்கவேண்டும் என அவர் மிகவும் விரும்பினார். பிரிடிஷ் கவுன்சில் அலுவலகத்தில் இருந்து புத்தகங்களைக் கொண்டுவந்து என்னைப் படிக்கவைப்பார்; பிரபஞ்ச இயக்கம் பற்றி என்னிடம் நெடுநேரம் பேசுவார்" என்று தம்முடைய இளமைக் காலம் பற்றிச் சொல்கிறார் சந்திரிமா ஷாஹா. புகைப்படங்கள் எடுப்பதிலும் மிகவு ஆர்வம் இவருக்கு இருந்திருக்கிறது.

இவர் கொல்கத்தா பலகலைக் கழகத்தில் பட்டப்படிப்பு முடித்தார். 1980ல் தமது முனைவர் பட்டத்துக்கான ஆராய்ச்சியை இந்தியன்

இன்ஸ்டிட்யூட் ஆஃப் கெமிக்கல் பயாலஜி என்ற நிறுவனத்தில் பூர்த்திசெய்து, கொல்கத்தா பலகலைக்கழகத்தில் பிஹெச்.டி. பட்டமும் பெற்றார். பின்னர் 1980 முதல் 1982 வரை யூனிவர்சிடி ஆஃப் கான்ஸாஸ் மெடிக்கல் சென்டரிலும் 1983 முதல் 1984 முடிய நியூ யார்க் நகரில் உள்ள பாப்புலேஷன் கவுன்சிலிலும் ஆராய்ச்சிகளை மேற்கொண்டு, டெல்லியில் இருக்கும் நேஷனல் இன்ஸ்டிட்யூட் ஆஃப் இம்யூனாலஜியில் ஆராய்ச்சியாளராகப் பணியில் சேர்ந்தார்.

பின்னர் பல்வேறு அராய்ச்சி மையங்களிலும் அறிவியலாளராகப் பணிபுரிந்தார். பல அறிவியல் இதழ்களின் ஆசிரியர் குழுக்களிலும் இடம்பெற்றுப் பல புகழ்மிக்க மருத்துவக் காட்டுரைகளை எழுதியிருக்கிறார்.

உலக சுகாதார நிறுவனத்தின் *Task Force on Regulation of Male Fertility* என்ற பிரிவின் வழிகாட்டுக் குழு உறுப்பினராகப் பணியாற்றினார் என்ற பெருமையும் இவருக்கு உண்டு. இன்னும் அவர் வகித்த பதவிகளையும் பங்குபெற்ற ஆராய்ச்சிகளையும் சொல்லிக்கொண்டேபோகலாம்.

புற அழுத்தங்களைத் தாக்குப்பிடித்து எதிர்க்கும் பாலூட்டிகளின் செல் செயல்பாடுகளைப் பற்றியும், செல்களின் இறப்புகள் பற்றியும் மிக விரிவான ஆராய்ச்சிகளை மேற்கொண்டார். அத்துடன் ஒரு செல் ஒட்டுண்ணிகளைப் பற்றிய இவரது கோட்பாடுகள் மிக முக்கியமானவையாகவே பார்க்கப்பட்டன.

காலா – அஸார் என்னும் பெருந் தொற்று நாட்டின் சில பகுதிகளில் பல உயிர்களை பலிவாங்கிக்கொண்டிருந்தது. அந்த நோய்க்குக் காரணமான லெயிஷ்மேனியா(*Leishmania*) என்னும் ஒட்டுண்ணியை அழிக்க இவர் மேற்கொண்ட ஆராய்ச்சிகள் பல உயிர்களையும் காப்பாற்றியது.

இவர் பெற்ற பதக்கங்களும் விருதுகளும் ஏராளம். அவற்றில் சில:

ஷாந்தி ஸ்வரூப் பட்நாகர் பதக்கம்

சந்திரகலா ஹோரா நினைவுப் பதக்கம்

டி.பி.பர்மா மெமோரியல் லெக்சர் விருது

சண்டே ஸ்டேண்டர்ட் தேவி விருது

ஓம் பிரகாஷ் பாஸின் விருது

ரான்பாக்ஸி சயின்ஸ் ஃபவுண்டேஷன் விருது

டாக்டர்.தர்ஷன் ரங்கநாதன் நினைவு விருது

சகுந்தலா அமிர்சந்த் விருது

... இப்படி விருதுப் பட்டியல் மிக நீளமானது

அதே போல இவர் 80க்கும் அதிகமாக எழுதிய ஆராய்ச்சிக் கட்டுரைகளும் குறிப்பிடத்தக்கன. இந்திய அறிவியலின் முகமாகவே சந்திரிமா பார்க்கப்படுகிறார்.

கேப்சர்ட் மொமென்ட்ஸ் - எ லைஃப் ஆஃப் ஷாம்பு ஷாஹா என்ற புத்தகத்தையும் இவர் எழுதியிருக்கிறார்.

கிரிக்கெட் விளையாடியதுதான் குழுவாகச் செயல்படும் பண்பினைத் தமக்குள் விதைத்தது என்று பெருமையுடன் சொல்கிறார் ஷாஹா.

தன்னுடைய இளமைக் காலத்தைத் திரும்பிப்பார்க்கும் சந்திரிமா ஷாஹா, "அப்போதெல்லாம் என்னை முற்றிலுமாக என்னுடன் பணிபுரியும் ஆண்கள் உதாசீனப்படுத்தினர். பெண்களுடன் கைகுலுக்கக்கூட ஒருவரும் முன்வரமாட்டார்கள். அதையெல்லாம் பொருட்படுத்தாமல் முன்னேறுவதிலேயே என் நோக்கம் இருந்தது" என்கிறார்.

அவரது இளமைப் பருவத்தில் அவருக்கு ஒரு பழமையான மைக்ராஸ்கோப் கிடைத்திருக்கிறது. பல இடங்களிலும் இருந்து தண்ணீர் மாதிரிகளைச் சேகரித்து அவற்றை அந்த மைக்ராஸ்கோப் மூலம் ஆராய்வார். அது இவருக்குள் இருந்த அறிவியலாளரை உசுப்பிவிட்டிருக்கிறது.

'தலைமைப் பண்புகளைப் பெற விரும்பினால் முதலில் தாங்கள் அதற்குத் தகுதியானவர்கள் என்ற எண்ணம் பெண்களுக்கு அவசியம் தேவை' என்பது சந்திரிமாவின் ஆணித்தரமான கருத்து.

36

பிராஞ்சல் பாடில்
விழித் திறன் இன்றி வழிநடத்தும் பெண்

ஐஏஎஸ் அதிகாரியாக வேண்டும் என்பது படித்த பலரது கனவு. அந்தக் கனவு நனவாவது சிலருக்கு மட்டுமே. அதிலும் பார்வையற்ற ஒரு பெண் ஐஏஎஸ் அதிகாரியாகத் தேர்வாகி இருப்பது மிகப் பாராட்டுதலுக்கு உரியதுதானே! நாட்டிலேயே பார்வையற்ற முதல் பெண் ஐஏஎஸ் அதிகாரி என்ற சிறப்பு இவருக்கு உண்டு. அவர்தான் பிராஞ்சல் பாடில்!

ஒரு முறையல்ல... இரு முறை தேர்வெழுதி இரண்டிலும் வென்றிருக்கிறார் இந்த சாதனைச் சிங்கம். 01.04.1988 பிறந்த இவர், முதல் முறை யூனியன் பப்ளிக் சர்வீஸ் தேர்வுகளை 2016ஆம் ஆண்டு எழுதி, 773 ஆவது ரேங்க் வாங்கியிருக்கிறார். மஹாராஷ்ட்ராவில் அவரது ரேங்க் 7. இரண்டாம் முறை அவர் தேர்வெழுதியபோது அவரது ரேங்க் நாட்டிலேயே 124 என முன்னேறியிருந்தது.

பார்வையின்மை சாதனைக்குத் தடையே இல்லை என உரக்கச் சொல்லியிருக்கிறது இவர் பெற்ற வெற்றி!

தமது 31ஆவது வயதில் - 2019ஆம் ஆண்டு - திருவனந்தபுரத்தில் சப் கலெக்டராகப் பணியேற்றார். பின்னர் தெற்கு டெல்லி துணை நகராட்சி ஆணையராக பொறுப்பேற்றார். கல்விப் பிரிவு இயக்குநர் என்ற கூடுதல் பதவியும் இவரைத் தேடிவந்தது.

மஹாராஷ்ட்ரா மாநிலத்தில் இருக்கும் தானே மாவட்டத்தின் உல்ஹாஸ்நகர்தான் இவரது சொந்த ஊர்.

"என்னுடைய பிறந்த நாள் அன்று நாட்டின் தலைநகரத்தில் பொறுப்பேற்பது குறித்து மிகவும் மகிழ்ச்சி. இது நான் கனவிலும் எண்ணாத பாக்கியம். நான் வாழும் சமுதாயத்துக்கு என் பணிகள் மூலம் நல்ல முன்ன்றத்தைத் தருவேன். மக்களுக்கு நன்மை செய்வதன் மூலமே அவர்களின் மனதில் ஒருவரால் இடம்பிடிக்க முடியும்.

நம்முடைய பணி மற்றும் அர்ப்பணிப்பின் மூலம் மக்கள் உத்வேகம் பெறுவர்கள். இளைஞர்கள் பலரும் என்னை முன்மாதிரியாகக் கொள்வார்கள்" எனப் பதவியேற்கும்போது தெரிவித்தார் பிராஞ்சல் பாடில். தம்முடைய லட்சியம் நிறவேறுவதற்கு எல்லா விதத்திலும் உதவிகரமாக இருந்த தம்முடைய பெற்றோர்களை நன்றியுடன் நினைவுகூர்கிறார் இவர்.

இவரது தந்தை எல்பி.பாடில் ஆல் இண்டியா ரேடியோ மற்றும் தூர்தர்ஷனில் உதவிப் பொறியாளராகப் பணியாற்றியவர். இவருடைய தாயார் ஜோதி மற்றும் சகோதரர் நிகில் ஆகியோரும் இவரது முன்னேற்றப் பாதைக்குப் பூரண ஒத்துழைப்புக் கொடுத்திருக்கிறார்கள்.

இவரது பிறந்த நாளன்று தந்தை இப்படிச் சொல்கிறார்: "என் மகளால் எனக்கு மிகவும் பெருமை ஏற்பட்டிருக்கிறது. பெண்களைப் பெற்றிருக்கும் அனைத்துப் பெற்றோர்களும் தங்களுடைய பெண்களுக்குக் கட்டாயம் கல்வி அளிக்கவேண்டும்; அவர்களது கனவுகள் மெய்ப்பட முழுமையாக உதவவேண்டும்!"

பிராஞ்சல் தம்முடைய ஆரம்பக் கல்வியை தாதரில் இருக்கும் கமலா மேத்தா பார்வையற்றோர் பள்ளியில் துவங்கினார். அதன் பிறகு தாதரிலேயே இயங்கும் சரஸ்வதி வித்யாலயாவில் பயின்றார். அதன் பின்னர் உல்ஹாஸ்நகர் சி.ஹெச்.எம் கல்லுரியிலும், மும்பை செயின்ட் சேவியர் கல்லூரியிலும் பயின்றார். இவர் பட்டம்பெற்றது அரசியல் அறிவியலில். பின்னர் முதுகலைப் பட்டமும் பெற்றார். சர்வதேச உறவுகள் தொடர்பாக டெல்லி ஜவஹர்லால் பல்கலைக் கழ்கத்தில் முனைவர் பட்டமும் பெற்றிருக்கிறார்.

யூபிஎஸ்சி தேர்வுகளில் 2016ல் முதன்முறையாக வென்றபோது இவருக்கு இந்திய ரயில்வே துறையின் கணக்குகள் பிரிவில் பணி ஒதுக்கீடு அளிக்கப்பட்டது. ஆனால் 100% பார்வையற்றவராக இவர் இருந்ததால் ரயில்வே நிர்வாகம் பணியமர்த்த மறுத்துவிட்டது. எனவே அதன் பின்னர் ஃபரிதாபாத்தில் இந்திய தபால் மற்றும் தொலைதொடர்பு கணக்குகள் மற்றும் நிதிப் பிரிவில் பணி ஒதுக்கீடு அளிக்கப்பட்டது.

ரயில்வே நிர்வாகம் பணியளிக்க மறுத்ததால் பாடில் ஏமாற்றம் அடைந்தார்; ஆனால் சோர்ந்துபோய்விடவில்லை. மீண்டும் கடுமையாக முயற்சித்தார். இந்த முறை பாடிலுக்கு கேரளா கேடர் ஐஏஎஸ் பதவி ஒதுக்கீடானது. கேரளாவின் எர்ணாகுளம் மாவட்டத்தின்

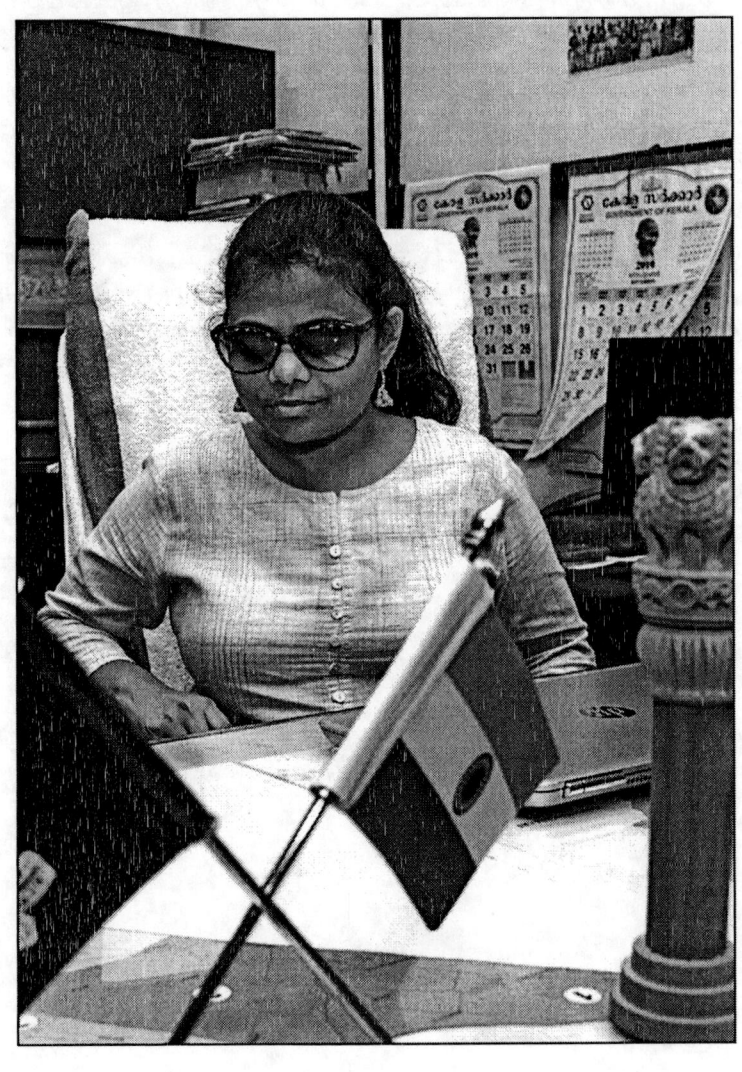

உதவி ஆட்சித் தலைவராகப் பொறுப்பேற்றார். அதன் பின்னர் திருவனந்தபுரம் துணை ஆட்சியாளராக நியமனம் செய்யப்பட்டார்.

2020ஆம் ஆண்டு டெல்லியில் அருணாச்சல பிரதேசம், கோவா, மிஸோரம் மற்றும் யூனியன் டெரிடரி (கிநிவிஹிஜி) ஆகிய பகுதிகளை நிர்வகிக்கும் பதவியில் அமர்த்தப்பட்டார்.

பிராஞ்சல் பாடில் நல்ல கவிஞரும்கூட. பெருந் திரளான பார்வையாளர்களுக்கு முன்னர் சிறப்பாகச் சொற்பொழிவாற்றக்கூடியவர். தம் மீது பிறரின் அனுதாபப் பார்வைகள் விழுவதை ஒருபோதும் விரும்பாதவர்.

இயன்றவரை தம்முடைய தேவைகளைத் தாமே பூர்த்திசெய்யக்கூடிய ஆற்றல் இவருக்கு உண்டு. தாமாக எவர் துணையும் இன்றி, வீட்டில் இருந்து ஆட்டோ ஸ்டேண்ட் வரைகூடச் சென்றுவிடுவார். தற்போது விமானத்தில் தனியே பயணம் செய்து, செல்ல வேண்டிய இடங்களுக்குத் தனியே சென்றுவிடுகிறார்.

இவர் தமது பார்க்கும் திறனை 6வது வயதில் முற்றாக இழந்தார். எந்த ஒரு பயிற்சி நிறுவனத்துக்கும் இவர் போகவில்லை; தேர்வெழுதத் தாமே பயிற்சிகளை மேற்கொண்டார். இவருக்காக புத்தகங்களை வாசித்துக்காட்டக்கூடிய ஒரு மென்பொருள் உதவி மூலமே தேர்வுக்குத் தயாரானார். மாதிரி ஐஏஎஸ் கேள்வித்தாள்களுக்கு விடையளிப்பது, குழுக் கலந்துரையாடல்களில் பங்குபெறுவது என முழுமையாகத் தம்மைத் தயார்படுத்திக்கொண்டார்.

கடின உழைப்பும், விடாமுயற்சியும் தன்னம்பிக்கையும் இருந்தால் எதையும் சாதிக்கலாம் என்பதற்கு பிராஞ்சல் பாடிலின் வாழ்க்கை எல்லோருக்கும் ஒரு பாடம்.

37

சுஷீலா சுந்தரி

(இந்தியாவின் முதல் சர்க்கஸ் வீராங்கனை)

சர்க்கஸ் என்பது எப்போதும் வசீகரமும் ஆச்சர்யங்களும் நிரம்பியது. அந்தரத்தில் ஊசலாட்டம் போட்டுக்கொண்டும், அபாயமான வனவிலங்குகளுடன் கட்டிப்பிடித்து சாகசங்கள் செய்துகொண்டும் இருக்கும் சர்க்கஸ் வீரர்களை வாய் பிளந்து பல முறை பார்த்திருப்போம். இன்றைய சர்க்கஸ் நிகழ்வுகளில் பெண்களின் பங்கும் கணிசமாக இருப்பதென்னவோ உண்மைதான். ஆனால் சர்க்கஸ் தொடங்கிய அந்தக் காலங்களில் ஆண்கள் மட்டுமே நம்மை வியப்பில் ஆற்றிய துறையாக இது இருந்துவந்திருக்கிறது. அப்போதே ஆண்களுக்கு இணையாக சர்க்கஸ் விளையாட்டுகளில் களமிறங்கி, 'இந்தியாவின் முதல் பெண் சர்க்கஸ் வீராங்கனை' என்ற பெருமையைப் பெற்றவர் சுஷீலா சுந்தரி.

தி கிரேட் பெங்கால் சர்க்கஸில் இவர் பணியாற்றியிருக்கிறார். இந்த சர்க்கஸ் கம்பெனி ப்ரொஃபஸர் ப்ரியன்ந்த் போஸ் என்பவருக்குச் சொந்தமானது. அவர்தான் சுஷீலாவுக்குப் பயிற்சியளித்தவர்.

புலிகள் போன்ற வன விலங்குகளை அடக்கியாளும் ரிங் மாஸ்டராக சுஷீலா ஜொலித்திருக்கிறார். அந்தரத்தில் ஊஞ்சலாடும் ட்ரபீஸ் என்னும் வித்தையிலும் இவர் கைதேர்ந்தவர்.

ஒருவர் தோள் மீது மற்றவர் ஏறி அமைக்கும் 'மனிதப் பிரமிட்' விளையாட்டுகளில் இவர் அனாயசியமாக் ஈடுபடுவார்நிகழ்ச்சியின் ஆரம்பத்தின்போது படுவேகமாக ஓடும் குதிரையின் வெற்று முதுகின் மேல் இவர் நின்றுகொண்டு அரங்கினுள் நுழையும்போது கைதட்டல்கள் தூள் பறக்கும். நான்கடி ஆழ மணலுக்குள் உயிருடன் 10 நிமிடம் புதையுண்டு இவர் மீண்டு வரும் காட்சி மெய்சிலிர்க்கவைக்கும்.

இவரது இளைய சகோதரி குமுதினியும் அதே சர்க்கஸ் கம்பெனியில் இவருடன் சேர்ந்து வீர தீரச் செயல்கள் செய்திருக்கிறார்.

பழைய கல்கத்தாவில் ராம்பகான் என்ற பகுதியில் ஜமீன்தார் குடும்பத்தில் 1879ஆம் ஆண்டு பிறந்தவர் இவர். கணவர் பெயர் மோதிலால் போஸ்.

தமது ஆரம்பக் கல்வியை பெதுனே என்ற பள்ளியில் கற்றார். ஆங்கிலம் தவிர, சமஸ்கிருதம், மராத்தி போன்ற பல மொழிகளிலும் சரளமாகப் பேசக் கூடிய ஆற்றல் பெற்றவராக இருந்தார். தமது சிறு வயதிலேயே உடன் பிறந்தவர்களுடன் சேர்ந்து குதிரையேற்றம் மற்றும் குத்துச்சண்டைப் பயிற்சிகள் பெற்றார். பின்னர் திருமணம் ஆயிற்று. கணவர் பெயர் மோதிலால் போஸ்.

இவரது சர்க்கஸ் ஆர்வத்திற்குப் பெற்றோர் தடைவிதித்தனர். ஆனால் கணவர் அதற்கு முழு ஆதரவு அளித்தார்.

சர்க்கஸ் விளையாட்டுகளில் சுஷீலா சுந்தரி கம்பி மேல் நடந்து செய்யும் சாகஸங்கள் மிகவும் பிரபலம். அதோடு வண்டிச் சக்கரத்தில் சுழன்றுகொண்டே இவர் நிகழ்த்தும் சாதனைகளும் அபூர்வமாக இருக்கும்.

‘உர்ர்ர்ர்’ரென் உறுமும் புலிகள் இவர் சாட்டைச் சொடுக்கலுக்கு முன் பூனைக் குட்டிகள் போல சாதுவாக இருப்பது பிரமிக்கவைக்கும். இரு பெரும் புலிகளுடன் ஒரே கூண்டில் அடைக்கப்பட்டு, இவர் அவைகளைக் கொஞ்சுவது பார்ப்பதற்கு நிச்சயம் திகிலைக் கிளப்பும்.

சாட்டையோ அல்லது வேறு எந்தப் பாதுகாப்புக் கருவிகளோ இல்லாமல், வெறும் கைகளோடு புலிகளுடன் இவர் போலிச் சண்டை போடுவார். அவற்றின் வாயைப் பிளந்து காண்பிப்பார். பின்னர் அவைகளைக் கட்டிப்பிடித்துப் போட்டோக்களுக்கு போஸ் கொடுப்பார்.

1896ஆம் ஆண்டு நவம்பர் மாதம் ரேவா சமஸ்தான தர்பாரில் தி கிரேட் பெங்கால் சர்க்கஸ் நிகழ்ச்சிகளை நடத்திக்காண்பித்தது. அதில் மனதைப் பறிகொடுத்த ரேவா இளவரசர் இரண்டு வங்கப் புலிகளை சர்க்கஸுக்கு அன்பளிப்பாகத் தந்தார். அவற்றுக்கு லக்ஷ்மி என்றும் நாராயண் என்றும் பெயரிட்டனர். அவற்றோடு நன்கு பழகி அவற்றைத் தமது சொல்லுக்குக் கட்டுப்படவைத்தார் சுஷீலா. 1901ஆம் ஆண்டு முதல் புலிகளுடன் சுஷீலா செய்யும் வீர விளையாட்டுகள், தி கிரேட் பெங்கால் சர்க்கஸில் இடம்பெறலாயின.

பழக்கப்பட்ட புலிகளில் ஒன்று இறந்துபோகவே, ‘ஃபார்ச்சூன்’

எனப் பெயரிடப்பட்ட வேறு ஒரு புதுப் புலியோடு நிகழ்ச்சிகளில் ஈடுபட்டார். அப்போது அந்தப் புலி இவரைப் பலம்கொண்ட மட்டும் தனது நகங்களால் தாக்கியது. அன்றுமுதல் சர்க்கஸ் நிகழ்ச்சிகளில் ஈடுபட முடியாதவாராகிப் போனார் சுஷீலா சுந்தரி!

அதன் பின்னரும் அவர் ஓய்ந்திருக்கவில்லை. உடற்பயிற்சி, குத்துச்சண்டை, கத்திச் சண்டை, சைக்கிள் ஓட்டுதல் மற்றும் குதிரையேற்றம் போன்றவற்றில் நிறையப் பேருக்குப் பயிற்சியளித்துவந்தார். அவரது மாணாக்கர்களில் பலர் விடுதலைப் போராட்டங்களில் பின்னாளில் பங்குபெற்றனர். உடல் நலம் குன்றிய சுஷீலா 1924ஆம் ஆண்டு காலமானார். இவர் வாழ்ந்த பகுதியில் இன்றைக்கும் இவரைப் பற்றிய சாகசக் கதைகள் பல உலவிவருகின்றன.

38

பத்மஸ்ரீ பாப்பம்மாள்

இந்தியாவின் மூத்த பெண் விவசாயி

ரங்கம்மாள் என்ற இன்னொரு பெயரும் கொண்ட 107 வயதான இயற்கை விவசாயி பாப்பம்மாளுக்கு 2021ஆம் ஆண்டுக்கான பத்மஸ்ரீ விருது வழங்கி இந்திய அரசு கௌரவித்திருக்கிறது. விவசாய விரிவாக்கப் பணிகளில் பெண்களை இவர் ஈடுபடுத்தும் விதத்துக்கும், இயற்கை விவவசாயத்தோடு நவீனத் தொழில்நுட்பங்களையும் புகுத்தி இவர் விவசாயம் செய்து வருவதற்கும்தான் இந்த அங்கீகாரம் இவருக்குக் கொடுக்கப்பட்டிருக்கிறது.

கள ஆய்வுகளின்படி 80% வயல் வேலைகள் பெண்களால் செய்யப்பட்டாலும், 13% நிலம் மட்டுமே பெண்களுக்குச் சொந்தமாக இருக்கிறது. 60% முதல் 80% வரை உணவு, கிராமத்துப் பெண்களாலேயே உற்பத்திசெய்யப்படுகிறது. ஆனாலும் அவர்கள் விவசாயிகளாக அங்கீகரிக்கப்படாத நிலைதான் இன்று வரை நீடிக்கிறது. இந்தச் சூழலில்தான் சிறந்த விவசாயி என்பதற்காக இவருக்கு பத்மஸ்ரீ விருது வழங்கப்பட்டிருக்கிறது.

இன்னும் செயலாக இருக்கும் மிக மூத்த பெண் விவசாயி என்ற பெருமையும் இவருக்கு உண்டு. இந்த வயதிலும் தம்முடைய 2.5 ஏக்கர் பரப்பில் உள்ள வயலில் தினசரி விவசாயப் பணிகளைச் செய்துவருகிறார்.

விவசாயக் குடும்பத்தில் பிறந்தவர் இவர். மருதாச்சல முதலியார் - வேலம்மாள் தம்பதியனருக்கு 1914ஆம் ஆண்டு பிறந்தார். இவருக்கு சிறு வயதாக இருக்கும்போதே பெற்றோர் இருவரும் இறந்துவிட்டனர். இவரும் இவரது இரு சகோதரிகளும் கோயம்புத்தூர், தேக்கம்பட்டியில் இருக்கும் பாட்டி வீட்டில்தான் வளர்ந்திருக்கின்றனர். பாட்டியின் பலகாரக் கடையையையே விரிவுபடுத்தி மளிகைக் கடையாகவும் ஆக்கி நடத்தியிருக்கிறார். அதில் கிடைத்த லாபத்தைக் கொண்டு தமது கிராமத்திலேயே விவசாய நிலம் வாங்கியிருக்கிறார். தமது

சகோதரிகளின் குழந்தைகளையும் வளர்த்து ஆளாக்கியிருக்கிறார்.

காலையில் 5.30க்கு எழுந்திருக்கும் இவர் 6 மணிக்கெல்லாம் வயலுக்குப் போய்விடுவார். பிற்பகல் வரை விவசாய வேலைகள் சரியாக இருக்கும். அவருடைய வாழ்க்கை முறையும் உணவுப் பழக்க வழக்கங்களுமே அவரது இந்த நீண்ட ஆயுளுக்குக் காரணம் என அவரது குடும்ப உறுப்பினர்கள் கூறுகின்றனர். நிறையக் காய்கறிகளையும் கீரைகளையும் உணவில் சேர்த்துக்கொள்வாராம். இவருக்கு மிகவும் விருப்பமான உணவு மட்டன் பிரியாணி! தமது உணவைச் சுடச் சுட வாழை இலையில் வைத்தே சாப்பிடும் இவருக்கு பிளேட்டுகளைப் பயன்படுத்துவது அறவே பிடிக்காது. டீயோ காப்பியோ குடிக்கும் வழக்கம் இல்லாத இவர் அருந்துவது சுடு தண்ணீர் மட்டுமே.1959ஆம் ஆண்டு தேக்கம்பட்டி ஊராட்சியில் வார்டு உறுப்பினராகத் தேர்வுசெய்யப்பட்டிருக்கிறார். மேலும் காரமடை ஊராட்சி ஒன்றிய க் கவுன்ஸிலராகவும் தேர்ந்தெடுக்கப்பட்டிருக்கிறார்.

இவரைப் பார்க்க யார் வந்தாலும் முதலில் தண்ணீர் கொடுத்து உபசரிப்பார். இளநீர் தருவது அடுத்து நடைபெறும். கடிப்பதற்குச் சூடான போண்டாவும் உண்டு. இவரைப்பாராட்டி நிறைய உறவினர்கள், நண்பர்கள் ஊடகவியலாளர்கள் வந்துகொண்டே இருக்கின்றனர். போனில் சிரித்தபடியே, “நேற்றுக்கூட 30 நேர்காணல்கள் கொடுத்தேன்” என்கிறார்.

பாப்பம்மாளின் சகோதரியின் பேரனான ஆர். பாலசுப்ரமணியம், “வயல் வேலைகளில் நானும் அவருக்கு உதவுவது உண்டு. களையெடுப்பது போன்ற வழக்கமான வேலையாயிருந்தாலும் கச்சிதமாகச் செய்யவேண்டும் என எதிர்பார்ப்பார். வேலைக்கிடையில் கொஞ்ச நேரம் ஓய்வெடுத்தாலும் பாப்பம்மாள் திட்டிவிடுவாராம்.

“இந்த வயசில நான் நிக்காம வேலை செய்யறப்ப உனக்கு என்ன வந்துச்சு? வந்து வேலையைப் பாரு” என் அதட்டுவாராம். ஆறடி உயரத்தோடு ஆஜானுபாகுவாக இருக்கும் அவரது தோற்றமே மிரட்டும் வகையில் இருக்கும். அவர் பக்கத்தில் இருந்தால் வேலையை விட்டுத் துளிகூட நாங்கள் விலகமாட்டோம்” என்றும் சொல்கிறார் பாலசுப்ரமணியம். இவரது வயலில் முதலில் கொள்ளுப் பயறு, பச்சைப் பயறு போன்ற தானியங்களை விளைவித்துவந்திருக்கிறார். தற்போது பெரும்பாலும் வாழையைத்தான் பயிரிடுகிறார். தமிழ்நாடு வேளாண் பல்கலைக் கழகத்துடனும் நெருக்கமான தொடர்பில்

இருக்கிறார். அங்கேதான் ஆர்கானிக் (அங்கக) விவசாயம் என்பதைப் பற்றித் தெரிந்துகொண்டு அதைத் தமது வயலிலும் நடைமுறைப்படுத்திவருகிறார். பல்கலைக் கழகம் நடத்தும் பல விவசாயக் கூட்டங்களுக்கும் தனியாகவே சென்று தமது அனுபவ அறிவைப் பகிர்ந்துகொள்கிறார். "நாம் பயன்படுத்தும் ரசாயன உரங்களும், பூச்சி மருந்துகளும் நிலத்துக்கும், உடல் நலத்துக்கும் பெரும் தீங்கு விளவிக்கின்றன" என்பதைத் தெரிந்துகொண்டேன் என்கிறார். முழுக்க இயற்கை விவசாயத்துக்கே மாறிவிட்ட இவரது வயலுக்கு வேளாண் பல்கலைக் கழகம் தனது மாணவர்களைச் செய்முறைக் கல்விக்காக அடிக்கடி அனுப்பிவைத்துக் கொண்டிருக்கிறது.

பல ஊர்களில் இருக்கும் வயல்களுக்கும் வேளாண் பலகலைக்கழகம் பாப்பம்மாளை அனுப்பிவைக்கிறது. அங்கே இருக்கும் சிறந்த நிகழ்வுகளைக் கற்றுக்கொள்வதோடு, தமது அனுபவ அறிவையும் பகிர்ந்துகொள்கிறார். விவசாயிகள் கூட்டங்கள் பலவற்றிலும் கலந்துகொள்கிறார். பெரும்பாலும் இவர் மட்டுமே பெண் உறுப்பினராக இருப்பது வழக்கம். தைரியமாக அலுவலர்களை அணுகித் தமது சந்தேகங்களை நிவர்த்திசெய்து கொள்வாராம். எந்த ஊருக்குப் போனாலும் மறக்காமல் தம் குடும்பத்தினருக்கு இனிப்புகளை வாங்கி வருவது பாப்பம்மாளின் வழக்கம்.

தம்முடைய நீண்ட வாழ்க்கைக்கான காரணத்தைக் கேட்கும் பலரிடமும் பாப்பம்மாள் சொல்வது இதுதான்: அதிகாலையில் எழுந்திரித்து வேப்பங் குச்சியால் பல் விளக்குவேன். சோப் உபயோகிப்பதில்லை. அதற்குப் பதிலாகக் கல்தான் குளிப்பதற்கு. ராகி, தினை, சாமை போன்ற தானியங்களை மண் சட்டியில் வேகவைத்துத் தயிர் அல்லது மோருடன் சேர்த்துக் குடிப்பது என் வழக்கம். கடித்துக்கொள்ளப் பச்சை வெங்காயம் மற்றும் மிளகாய்தான் துணை. இதுதான் எனது காலை ஆகாரம். இந்த வயதிலும் கிராமத்தை ஒரு சுற்றுச் சுற்றி வந்துவிடுவேன்; என்னால் சும்மா உட்கார்ந்திருக்க முடியாது!"

அவினாசிலிங்கம் இன்ஸ்டிட்யூட் ஆஃப் ஹோம் சயின்ஸ் ஃபார் விமன் நிறுவனத்தின் விரிவாக்க மையத்தின் கீ மெம்பராகவும், தமிழ்நாடு வேளாண் பல்கலைக் கழகத்தின் பல கமிட்டிகளில் அங்கத்தினராகவும் பாப்பம்மாள் இருக்கிறார்.

இன்னும் பல ஆண்டுகள் வாழ வாழ்த்துவோம் பாப்பமாளை.

39

அலிஷா அப்துல்லா

இந்தியாவின் முதல் பெண் ரேஸிங் சேம்பியன்

வாகனங்களை அதிவிரைவாக ஓட்டும் ரேஸிங் ட்ரைவர்கள் பெரும்பாலும் ஆண்களாகவே இருப்பது வழக்கம். இந்தத் துறையில் கால்பதித்து, இந்தியாவின் முதல் அதிவேக ரேஸிங் ட்ரைவர் என்ற பெருமையைப் பெற்றிருப்பவர் அலிஷா அப்துல்லா என்ற 32 வயது சென்னைப் பெண். பைக் மற்றும் கார் ஆகிய இரண்டு பந்தயங்களிலும் இவர் முத்திரை பதித்திருக்கிறார். இவரது தந்தையார் ஆர்ஏ அப்துல்லா; தாயார் வெண்டி அப்துல்லா; கணவர் நவீன் தேவன்ராஜ்.

அலிஷா அப்துல்லா ஏராளமான போட்டிகளில் கலந்துகொண்டு பல பரிசுகளையும் விருதுகளையும் பெற்றிருக்கிறார்.

தமது ஒன்பதாவது வயதில் இருந்து பந்தயங்களில் கலந்துகொண்டிருக்கிறார் அலிஷா. 13ஆவது வயதிலிருந்து பந்தயங்களில் வெற்றிபெற ஆரம்பித்திருக்கிறார்.

15 ஆண்கள் கலந்துகொண்ட ஜேகே டயர் நேஷனல் சூப்பர் பைக்- ரேஸிங் சேம்பியன்ஷிப் 2009 பந்தயத்தில் மூன்றாவதாக வந்திருக்கிறார்.

வோல்ஸ்வேகன் நேஷன்ல் போலோ கோப்பை 2010, 2011 மற்றும் 2012 போட்டிகளிலும் சாதனை படைத்திருக்கிறார்.

கார் மற்றும் பைக் ரேஸ்களில் சாதித்ததற்காக ரோடரியின், இளம் சாதனையாளர் 2008 விருதைப் பெற்றிருக்கிறார்.

ஆமரம்பத்தில் தான் பந்தயங்களில் கலந்துகொண்ட காலகட்டத்தைப் புன்னகையோடு நினைவுகூர்கிறார். "அப்போதெல்லாம் பந்தயங்களில் நான் கடைசியாகத்தான் வருவேன். என்னை எல்லோரும் கேலிசெய்தார்கள். ஆனால் அவை எதுவும் என்னைத் தடுக்கவில்லை. முதலில் சாலைகளில் ஓட்டிப் பயிற்சி செய்தேன். பின்னர் ரேஸ் நடக்கும் தடங்களில் ஓட்டிப் பயிற்சி மேற்கொண்டேன். என்னுடைய

தந்தை எனக்கு மிகவும் ஊக்கம் அளித்தார்" என்று சிரித்துக்கொண்டே சொல்கிறார் அலிஷா. அலிஷாவின் ரேஸ் ஆசைக்குக் காரணமே அவரது தந்தைதான். அவரும் தேசிய அளவில் ரேஸிங் சாம்பியன் ஆவார். மகளின் ரேஸ் ஆர்வத்தைப் புரிந்துகொண்டு தக்கபடி ஊக்கம் அளித்தார்.

அலிஷாவுக்கு 18 வயதாகும்போது அவருடைய தந்தையார் ஒரு சூப்பர் பைக்கைப் பரிசாக அளித்தார். அதுதான் அலிஷாவின் ரேஸ் கனவுகளுக்கு வித்திட்டது. அடுத்த வாரமே மோட்டார் சைக்கிள் பந்தய வீரர் வாலென்டினோ ரோஸ்ஸி அணியும் ரேஸ் உடையின் அச்சு அசலான மாதிரி சூட் ஒன்றையும் பரிசளித்தார். அலிஷாவுக்கு அளவற்ற ஆனந்தம் ஏற்பட்டது. ஆண்கள் மட்டுமே பிரகாசிக்கும் ரேஸிங் துறையில் தானும் சாதனை படைக்க முடியும் என்ற ஆழமான நம்பிக்கை அவர் மனதில் பதிந்தது.

பிராணிகளிடமும் அளவற்ற அன்புகொண்டிருக்கிறார் இவர். தெருவில் அனாதைகளாத் திரியும் பிராணிகளைக் காப்பாற்றும் செயல்பாட்டிலும் இறங்கியிருக்கிறார்.

தமது 22ஆவது வயதில் *VW* போலோ கோப்பையை வென்று பந்தயச் சரித்திரத்தில் இடம்பிடித்திருக்கிறார். பந்தயத்தில் கலந்துகொள்பவர்களின் பலவிதத் தகுதிகளையும் எடைபோட்டு அளிக்கப்படும் பரிசு இது. தேர்வுக்கு முன்னர் உடல் தகுதியும் பரிசோதிக்கப்பட்ட பின்னரே இப்பரிசு வழங்கப்படும் என்பது குறிப்பிடத்தக்கது.

அலிஷா சென்னையில் உள்ள எம்ஓபி வைஷ்ணவா கல்லூரியில் சமூகவியலில் பட்டம் பெற்றிருக்கிறார். அவருடய தோழிகள் வகுப்புகளை கட் அடித்துவிட்டு சினிமாவுக்குப் போவார்களாம். அப்போது இவர் மட்டும் ஜிம்முக்குப் போய்ப் பயிற்சி எடுத்துக்கொள்வாராம்! அவர்கள் ஐஸ்கிரீமைச் சுவைத்துக்கொண்டிருக்கும்போது, இவர் மட்டும் தமது உடலை ஃபிட் ஆக்கிக்கொள்ள புரோட்டீன் பானத்தை அருந்திக்கொண்டிருப்பாராம்.

ரேஸ்களில் சாதனை படைத்த அலிஷா, 'இரும்புக் குதிரை' என்ற திரைப்படத்தில் நடித்தும் இருக்கிறார்.

நடிப்பதைப் பற்றி என்ன் சொல்கிறார் அலிஷா?

“ஆரம்பத்தில் நடிப்பது என்பது வெறும் தமாஷ் என்று நினைத்துக்கொண்டிருந்தேன். ஆனால் நான் நினைத்தது ரொம்பத் தப்பு. நடிப்பதற்கு மிகவும் பொறுமை தேவை. ரேஸிங்கோடு ஒப்பிடவே முடியாத அளவுக்கு அது ஒரு வித்தியசமான உலகம். முதல் நாள் என்னை காலை 10 மணிக்கு ஷூட்டிங்குக்கு வரச்சொல்லியிருந்தார்கள். நானும் சரியான நேரத்துக்குப் போயிருந்தேன். ஆனால் அங்கு ஒருவருமேயில்லை. கொஞ்சம் நேரம் பொறுத்துப் பார்த்தேன். இயக்குநர் யுவராஜ் போஸுக்குப் போன் போட்டுக் கேட்டேன். சரியான நேரத்துக்கு நான் வந்தது அவருக்கு அதிர்ச்சியையே ஏற்படுத்தியது. ரேஸிங்குக்குக் காலந்தவறாமை முக்கியம்; ஆனால் சினிமாவுக்குப் பொறுமைதான் முக்கியம் எனப் புரிந்துகொண்டேன்.” என்கிறார்.

அலிஷா அப்துல்லா அகாடமி என்ற பெண்களுக்கான பந்தயப் பயிற்சி அளிக்கும் நிறுவனம் ஒன்றையும் நடத்திவருகிறார்.

“பந்தயத்தில் கலந்துகொள்ள ஆர்வம் இருந்தும் சொந்தமாக பைக் இல்லாதவர்களுக்கு பைக் அளிப்பதற்கான முயற்சியில் ஈடுபட்டிருக்கிறார். திறமையுள்ளவர்களுக்கு வாய்ப்பளிக்கவேண்டும் என்பதே தமது நோக்கம் என்கிறார் அலிஷா.

அலிஷாவின் தீவிரமான குறிக்கோளும் கடும் பயிற்சியும் அவர் பெற்ற வெற்றிகளுக்கு அடித்தளம் அமைத்துக்கொடுத்திருக்கின்றன. பல இளம் பெண்களும் அலிஷாவின் வெற்றியால் பந்தயங்களின்பால் ஈர்க்கப்பட்டிருக்கிறர்கள் என்பதே உணமை.

பந்தயங்களில் கலந்துகொள்பவர்களுக்கு முக்கியமாக என்னென்ன குணங்கள் இருக்கவேண்டும் என்ற கேள்விக்கு அலிஷா அப்துல்லா அளித்த பதில் சிந்திக்கத் தக்கது.

அவர் சொன்னது இதுதான்: “அர்ப்பணிப்பு, தீராத பற்று, தியாக மனப்பான்மை மறும் பணிவு ஆகியன முக்கியமாக இருக்க வேண்டும்.”